E-Z DICKENS SIÊU ANH HÙNG: SÁCH THỨ TƯ:

TRÊN BĂNG

Cathy McGough

Stratford Living Publishing

ĐỌC GIẢ NÓI GÌ

"Sau khi đọc phần ba, tôi không thể resist được mà phải lao vào đọc ngay phần này. Cuốn sách thật sự đầy ắp hành động. Tôi thích những nhân vật mới và những khả năng độc đáo mà họ mang đến cho đội. Thật tuyệt vời khi được biết thêm về những nhân vật từ phần đầu. Giống như phần trước, có rất nhiều chi tiết nhỏ nhưng tinh tế khiến tôi mỉm cười. Tôi thích bài hát với Furies và câu chuyện về những viên đá. Và phần kết thật sự khiến tôi xúc động."

TOC

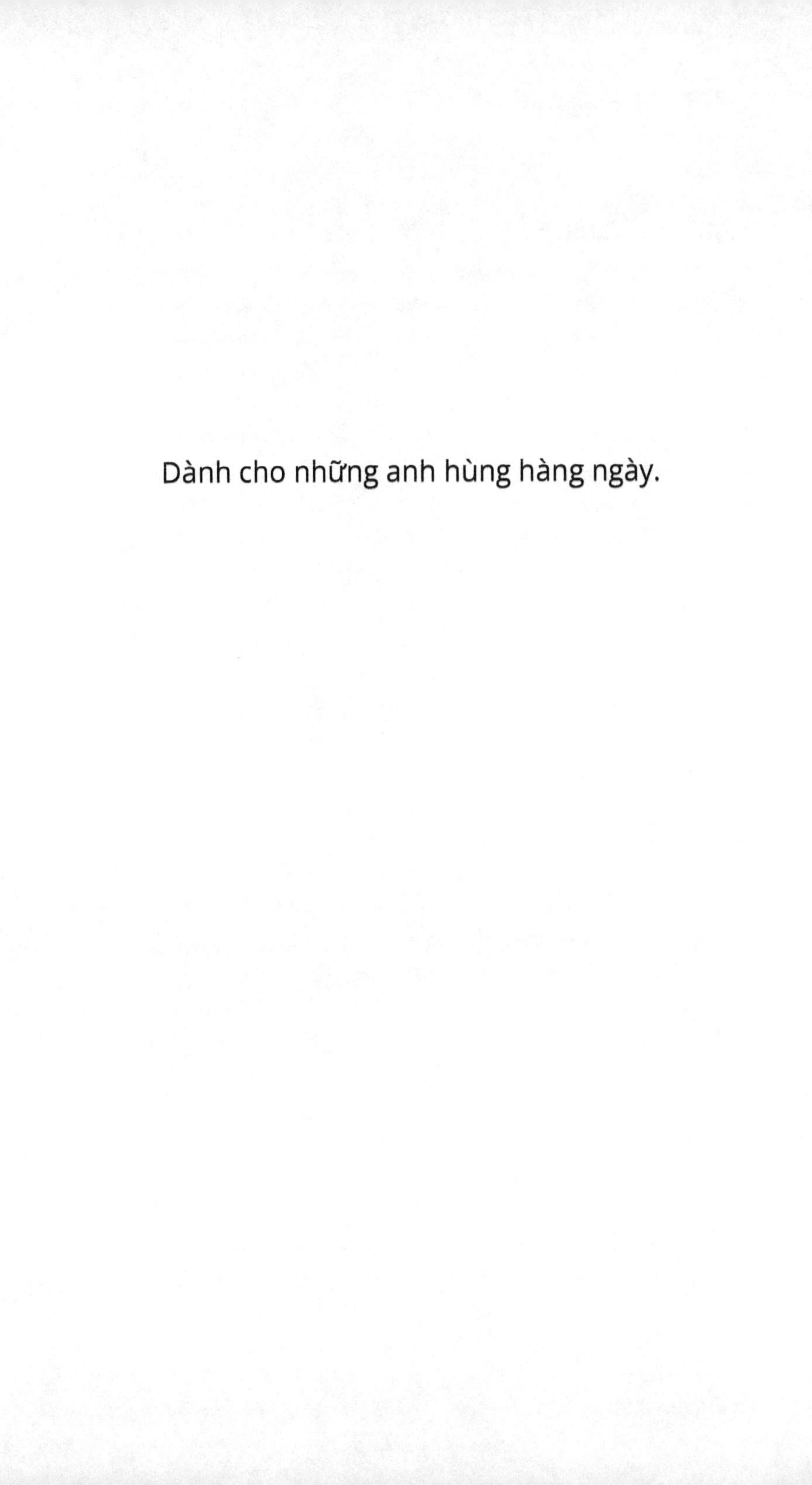

Dành cho những anh hùng hàng ngày.

"Không ai có thể đánh bại người không bao giờ bỏ cuộc."

Babe Ruth

LỜI MỞ ĐẦU

T Ngày hôm sau là ngày đi học, nhưng với ngày tận thế sắp đến, cả E-Z lẫn Lia đều không có ý định đi.

"Em có một cảm giác rất xấu," Lia nói.

Đó là giờ ăn sáng và cô ấy và E-Z đang ở một mình. Sam và Samantha vẫn đang ngủ, cũng như cặp song sinh Jack và Jill.

"Cảm giác xấu như thế nào?" anh hỏi, múc thêm ngũ cốc vào miệng.

"Anh biết đêm qua, khi em nghĩ mình nghe thấy tiếng gì đó không?"

"Có, nhưng em đã nói đó là báo động giả. Tiếng động đã biến mất và mọi thứ trở lại bình thường."

"Nó đã biến mất nhưng cũng không hẳn. Khó giải thích lắm. Em nghe thấy Rosalie gọi em, rồi cô ấy dừng lại. Cô ấy không thử gọi lại, nên em nghĩ mọi thứ ổn. Nhưng bây giờ em lo lắng vì em đã cố liên lạc với cô ấy mà không được. Cô ấy không trả lời bất kỳ tin nhắn nào của tôi. Tôi nghĩ chúng ta nên đi kiểm tra xem sao. Chỉ để chắc chắn. Biết được tình hình sẽ giúp tôi yên tâm. Nếu không, tôi sẽ không thể làm gì được hôm nay."

"Có thể cô ấy đang ngủ muộn? Hoặc pin điện thoại của cô ấy hết rồi." Anh ta uống hết ly nước cam và đứng dậy khỏi bàn. Anh ta đặt bát đĩa vào máy rửa bát.

"Có thể. Nhưng tôi vẫn muốn gặp cô ấy."

"Đi thăm cô ấy đi, để anh yên tâm," anh nói khi gọi taxi. 'Hy vọng họ cho chúng ta vào. Dù sao chúng ta cũng không phải là họ hàng."

Họ đi qua thành phố và hỏi về Rosalie ở quầy lễ tân. Người phụ nữ hỏi: 'Hai người là họ hàng sao?" Cả hai đều nói không. "Mời ngồi," cô ấy nói.

"Thấy chưa," Lia thì thầm. "Cô ấy trông có vẻ nghi ngờ. Như thể đang giấu giếm điều gì đó."

"Ừ, tớ cũng thấy vậy. Nhưng có thể chúng ta đang tưởng tượng vì lo lắng cho Rosalie. Tất cả chúng ta có thể làm là chờ đợi và cố gắng bận rộn. Chúng ta ở đây và sẽ không đi đâu cho đến khi thấy cô ấy ổn."

Ba mươi phút trôi qua, và họ vẫn đang chờ đợi, càng lúc càng sốt ruột khi thời gian trôi qua.

Lia đứng dậy. "Tôi không thể chờ đợi thêm nữa."

E-Z nói, 'Chậm lại! Chờ một phút.' Cô ngồi xuống lại. 'Hãy cho họ thêm ba mươi phút nữa trước khi chúng ta nổi điên lên với họ."

"Nổi điên lên nghĩa là gì?' Lia hỏi.

"À, tôi quên mất cậu không phải người ở đây. Nghĩa là tấn công thứ gì đó với tất cả sức mạnh của mình. Là biện pháp cuối cùng. Đó là cách nói ẩn dụ thôi. Mặc dù một số nhân viên bưu điện đã hiểu theo nghĩa đen."

"Tôi cá là nếu chúng ta là người lớn, họ đã nói chuyện với chúng ta rồi. Đôi khi tôi ghét là trẻ con."

"Cũng có lợi ích của nó," E-Z nói. "Hãy chơi game trên điện thoại hoặc đọc sách. Thời gian sẽ trôi qua và họ sẽ giúp đỡ chúng ta hơn nếu chúng ta kiên nhẫn."

"Ước gì tôi mang theo tai nghe. Tôi có thể nghe những bài hát mới của Taylor Swift."

"Đây," anh ta nói. 'Bạn có thể mượn của tôi."

Thêm ba mươi phút trôi qua và E-Z bình tĩnh quay lại quầy. Lia ở lại, nghe nhạc. Anh liếc nhìn lại. Cô ấy nhắm mắt. Cô ấy thậm chí không nhận ra anh đã đi.

"À, có tin gì về việc khi nào chúng ta có thể gặp Rosalie không?' anh hỏi.

"Xin lỗi, có người đang ra gặp anh. Cô ấy biết anh đang đợi ở đây." Người phụ nữ gõ phím trên bàn phím. Khi E-Z không di chuyển, cô ấy thử khuyến khích anh lần nữa. 'Tôi đã nói chuyện trực tiếp với Quản lý. Cô ấy sẽ ra gặp anh ngay khi có thể. Xin hãy đến gặp bạn của anh.' Cô ấy vẫy tay về phía Lia, người đang bận rộn với điện thoại.

E-Z quay lại bên Lia, miễn cưỡng. Anh nhìn xung quanh, thấy mọi người đi lại tấp nập. Một số là cư dân, đẩy xe lăn. Một vài người ngồi trên xe lăn, được nhân viên đẩy, trong khi những người khác tự đẩy xe của mình. Hầu hết cư dân đều mỉm cười với anh, một vài người vẫy tay. Anh tự hỏi có bao nhiêu người trong số họ có khách thăm thường xuyên. Anh hy vọng đa số đều có.

Khi cửa mở ra rồi đóng lại, mùi thức ăn trưa bay vào mũi anh và dạ dày anh sôi sục. Anh tự hỏi hôm nay cư dân đang ăn món gì ngon. Có lẽ là cá và khoai tây chiên. Có thể là một miếng bánh pie với kem. Anh ước mình đã ăn sáng nhiều hơn khi Lia trả lại tai nghe cho anh.

"Có tiến triển gì không? Tôi đói quá!"

"Tôi cũng vậy và không có gì tiến triển. Cô ấy nói quản lý sẽ đến gặp chúng ta sớm, nhưng tôi không hiểu sao Rosalie không tự mình ra gặp chúng ta. Có gì quan trọng đến vậy?"

"Tôi không cảm nhận được sự hiện diện của cô ấy ở đây," Lia nói. "Cảm giác như chúng ta bị ngắt kết nối. Âm nhạc giúp tôi phân tâm một lúc nhưng bây giờ tôi lại nghĩ về điều đó và đói. Không phải là sự kết hợp tốt."

"Tôi hiểu mà," E-Z nói khi một phụ nữ cao lớn đeo thẻ nhân viên quản lý bước đến và tự giới thiệu.

"Tên tôi là Eleanor Wilkinson, tôi là Quản lý tại đây." Cô ấy bắt tay họ. "Tôi hiểu hai bạn là bạn của Rosalie. Các bạn đã từng đến đây gặp cô ấy trước đây chưa?"

"Chưa, chúng tôi chưa từng đến đây," Lia nói. "Nhưng chúng tôi là bạn của cô ấy, bạn thân. Và chúng tôi lo lắng cho cô ấy. Cô ấy không trả lời tin nhắn của tôi hay nghe điện thoại."

Bà Wilkinson nói: "Tôi rất tiếc phải nói với các bạn, nhưng Rosalie đã qua đời vào đêm qua. Chúng tôi đang chờ người thân của cô ấy đến. Họ không sống gần đây.

"Tôi xin lỗi vì đã để các bạn chờ lâu. Nhưng tôi cần nói chuyện với họ trước khi nói với các bạn. Các bạn hiểu chứ. Chúng tôi có quy định phải tuân theo."

Lia ngã xuống ghế và khóc nức nở, trong khi E-Z nắm tay cô và họ ngồi im lặng vài giây trước khi anh hỏi: "Cô ấy đã xảy ra chuyện gì?"

"Vụ việc đang được điều tra," Wilkinson nói. "Xin lỗi, tôi không thể nói thêm gì. Trừ khi các bạn là người thân. Tôi xin chia buồn với các bạn."

"Cô ấy là cả thế giới đối với tôi," Lia nói.

"Cô gặp cô ấy như thế nào?" Wilkinson hỏi. 'Cô ấy là một người phụ nữ tuyệt vời. Mọi người đều yêu mến cô ấy.' 'Chúng tôi gặp nhau qua một người bạn,' Lia nói dối.

"Thật thú vị," Wilkinson nói, "xét về sự chênh lệch tuổi tác của hai người."

"Anh có ý nói vì tôi là trẻ con còn cô ấy không phải? Ý tôi là cô ấy đã qua đời," Lia hỏi giận dữ. Cô đứng dậy.

"Xin lỗi, tôi không có ý làm bạn buồn. Tất nhiên, nhiều cư dân ở đây rất muốn có bạn bè để trò chuyện. Đặc biệt là những đứa trẻ có sở thích như các bạn, những người có thể nghe họ kể về cuộc đời mình. Như vậy, họ sẽ không bị quên lãng sau khi ra đi."

"Chúng tôi sẽ luôn nhớ Rosalie," E-Z nói.

"Chúng tôi có thể gặp cô ấy để nói lời tạm biệt không?" Lia hỏi.

"Tôi e rằng điều đó không thể được. Chúng tôi có quy định. Nhưng nếu các em để lại thông tin, số điện thoại ở quầy lễ tân, chúng tôi sẽ gọi cho các em. Để thông báo thời gian viếng thăm và tang lễ."

E-Z để lại số điện thoại của mình ở quầy lễ tân. Họ đang chuẩn bị lên taxi thì anh nhớ ra cuốn sách.

"Đợi ở đây," anh nói. "Tôi sẽ quay lại ngay."

Anh tiến lại quầy lễ tân.

"Tôi xin lỗi, nhưng chúng tôi không thể chấp nhận cái chết của bạn Rosalie. Trừ khi ít nhất một trong số chúng tôi được gặp cô ấy. Bà Wilkinson nói chúng tôi không thể vào trong, nhưng tôi có thể chỉ đưa đầu vào phòng được không? Tôi sẽ không ở lâu. Như vậy, tôi có thể nói với bạn tôi rằng tôi đã gặp Rosalie và xác nhận rằng cô ấy không còn ở đây nữa?" Cô ấy đã trải qua quá nhiều chuyện, mất đi đôi mắt và tất cả. Sẽ giúp cô ấy yên tâm hơn nếu biết chắc chắn từ người cô ấy biết và tin tưởng."

"Ôi,   Tôi hiểu. Hãy đi với tôi," người phụ nữ nói. Khi cô ấy sang bên kia quầy, cô ấy nhờ một đồng nghiệp trông coi. 'Tôi sẽ quay lại ngay,' cô ấy nói.

E-Z theo cô vào sâu hơn trong khu nhà dành cho người cao tuổi. Nơi đây sáng sủa, không u ám như anh từng nghe nói về những nơi như thế này, nhưng rất yên tĩnh. Có lẽ vì mọi người đang thưởng thức bữa trưa trong nhà ăn. Dạ dày anh lại sôi sục.

"Mọi người đang ở phòng ăn," người phụ nữ nói như thể cô biết anh đang nghĩ gì. "Hôm nay là ngày cá và khoai tây chiên, kèm thạch đỏ và kem tươi làm món tráng miệng. Món ăn cực kỳ phổ biến mà ai cũng muốn thử. Bất kỳ ngày nào khác, bạn sẽ không thể vào được vì sẽ có quá nhiều người tụ tập."

"Thật thơm quá," E-Z nói. "Và cảm ơn vì đã giúp đỡ, tôi, chúng tôi, thật sự rất cảm kích."

Cô dừng lại và mở cửa.

"Đây là phòng của Rosalie. Tôi sẽ đợi ở đây. Anh có hai phút hoặc ít hơn nếu ai đó phát hiện ra tôi."

"Cảm ơn lần nữa," E-Z nói, khi cánh cửa đóng sập lại sau lưng anh. Mùi lạ lùng, như có đốt lửa trại. Anh nhìn quanh phòng tìm camera. Theo anh biết, không có cái nào.

Dưới tấm chăn trắng, người bạn của họ được phủ kín từ đầu đến chân. Anh tiến lại gần, cố gắng kìm nén ham muốn bỏ chạy, nhưng cần phải chắc chắn, phải nhìn bằng chính mắt mình. Anh kéo tấm chăn ra và nhìn nó rơi xuống sàn như một bóng ma.

Ngay lập tức, mùi hôi thối xộc vào mũi anh. Như mùi thịt nướng. Thịt cháy. Và anh thấy cánh tay Rosalie treo lủng lẳng, phủ đầy vết bỏng và mụn nước. Chuyện gì đã xảy ra với cô ấy? Ai đã làm điều khủng khiếp này với cô ấy, và tại sao?

Anh đẩy ghế ra và nhìn quanh căn phòng sạch sẽ, không có dấu vết của lửa. Điều đó không thể xảy ra ở đây. Nếu không, thì ở đâu? Họ đã chuyển cô ấy vào phòng này sau đó sao?

Người phụ nữ ở cửa gõ cửa. "Xin hãy nhanh lên!" cô ta nói.

Anh mở ngăn kéo bàn đêm. Đó là nó. Cuốn sách Rosalie đã kể cho họ. Cuốn sách mà cô đã ghi chép thông tin về những đứa trẻ khác.

"Thời gian đã hết," người phụ nữ nói.

E-Z nhét cuốn sách vào sau lưng. Anh nhấn nút mở cửa, và họ trở lại quầy lễ tân.

"Cảm ơn," anh nói. "Từ bạn tôi và tôi. Các bạn đã mang lại bình yên cho chúng tôi. Xin hãy cho chúng tôi biết khi nào lễ tang và viếng thăm sẽ diễn ra. À, còn một điều nữa, tôi thấy cô ấy, ừm, có vết bỏng trên cơ thể. Có ai khác bị thương trong đám cháy không?"

"Ôi trời," người phụ nữ nói. "Tôi không biết. Tôi chưa nghe gì về đám cháy. Tôi chưa thấy thi thể; ý tôi là Rosalie. Tôi chỉ được biết cô ấy đã qua đời. Tôi không biết chi tiết gì khác."

"Không sao đâu," E-Z trấn an bà. 'Tôi sẽ không nói gì. Tôi rất cảm ơn tất cả những gì bà đã làm. Cảm ơn bà."

"Không có hỏa hoạn nào xảy ra ở đây,' bà nói. "Không có báo động nào kêu lên mà tôi biết. Không có xe cứu hỏa nào được gọi. Tôi. Ôi trời."

E-Z vẫy tay và rời khỏi quầy. Người phụ nữ vẫn đang lẩm bẩm một mình. Anh nghĩ tốt nhất là nên rời khỏi đó.

Người lái xe giúp E-Z lên ghế sau bên cạnh Lia đang chờ, rồi cất xe lăn của anh vào cốp xe.

"Mất bao lâu thế?" Lia phàn nàn. "Đó là gì?"

Cô cố gắng lấy cuốn sách, nhưng E-Z vẫn giữ chặt. Anh nhận ra số tiền trên đồng hồ đã vượt quá số tiền anh mang theo.

"Không thể tránh được. Tôi đã lén nhìn Rosalie. Và tôi lấy cuốn sách này. Đó là cuốn sách cô ấy đã kể cho chúng ta. Chúng ta sẽ xem nó khi về nhà." Anh thì thầm, "Cậu có tiền không?"

Hai người họ không đủ tiền để trả tiền taxi.

"Anh phải nhờ mẹ hoặc chú Sam giúp chúng ta," anh nói khi tài xế dừng xe trước nhà.

Tài xế giúp E-Z trở lại ghế, trong khi Lia chạy vào nhà. Cô mang ra đủ tiền để trả tiền taxi và tài xế lái xe đi.

"Sam cho tôi tiền."

"Anh ấy có hỏi tiền để làm gì không?"

"Không, nhưng tôi nghĩ anh ấy sẽ hỏi sau."

Bên trong, Sam và Samantha đang tất bật trong bếp. Họ cố gắng chuẩn bị bữa sáng trong khi hai đứa trẻ song sinh khóc ré lên đòi ăn.

"Sao hai đứa không đi học?" Sam hỏi.

"Con sẽ giải thích sau. À, chúng con có thể giúp gì không?"

"Không, nhưng cảm ơn," Samantha nói. Cô bắt đầu cho Jack ăn.

Sam gật đầu và bắt đầu cho Jill ăn.

E-Z và Lia vào phòng anh ta và đóng cửa lại. Alfred đang đọc báo.

"Rosalie đã chết," Lia thốt lên, rồi cô quỳ xuống và khóc nức nở, trong khi E-Z ôm cô và Alfred chạy đến bên cô. Ba người ôm nhau và khóc cho đến khi không còn nước mắt.

"Cậu có gì ở đó?" Alfred hỏi.

"Tớ lấy cuốn sách."

Lia nhặt nó lên, rồi đứng dậy và ôm nó vào ngực như đang ôm bạn mình, nhưng cô thấy tất cả. Rosalie trong Phòng Trắng. Những Furies trong Phòng Trắng cùng cô. Sách đang cháy. Kệ sách đổ xuống. Lửa khắp nơi.

Lia quỳ xuống.

"Cô ấy thật dũng cảm. Rất dũng cảm."

"Cậu thấy lửa à?" E-Z hỏi. "Chuyện gì đã xảy ra?"

"Cậu biết về đám cháy à?"

Anh gật đầu.

"Tại sao cậu không nói cho tớ biết?" Cô đã biết câu trả lời. Anh đang bảo vệ cô khỏi sự thật. "Khi tớ chạm vào cuốn sách, tớ đã thấy tất cả. Rosalie ở trong Phòng Trắng. Và Những Con Quỷ cũng ở đó cùng cô ấy. Chúng muốn cô ấy kể cho chúng về chúng ta và những đứa trẻ khác. Chúng tra tấn cô ấy, nhưng cô ấy không chịu khuất phục."

"Tại sao cô ấy không gọi chúng ta?"

"Cô ấy đã cố. Tôi không biết đó là vấn đề sinh tử. Nó biến mất, nên tôi nghĩ mọi thứ đều ổn."

"Đó không phải lỗi của anh," E-Z nói.

"Cô ấy chết một mình, dưới kệ sách, với những cuốn sách đang cháy xung quanh. Cô ấy không xứng đáng chết như vậy. Không ai xứng đáng chết như vậy." Cô khóc nức nở vào tay mình.

"Thật tội nghiệp Rosalie," anh nói. "Cô ấy có thể gọi tôi. Cô ấy đã làm điều đó trước đây. Tại sao cô ấy không gọi tôi?"

"Bởi vì cô ấy sẽ đặt anh vào nguy hiểm. Cô ấy đã chết để bảo vệ chúng ta."

"Vậy, The Furies đã cố gắng lấy tên chúng ta và tên của những đứa trẻ khác từ cô ấy, và cô ấy đã hy sinh bản thân để cứu chúng ta? Để giữ bí mật của chúng ta. Rosalie thật là một người phụ nữ tuyệt vời. Chúng ta sẽ không bao giờ quên cô ấy - bao giờ," Alfred nói trong khi cố kìm nén nước mắt. "Cô ấy xứng đáng được trao huân chương. Huân chương danh dự."

"Chờ đã, có thể họ đã chặn cô ấy gọi cho chúng ta?" E-Z nói.

"Cô ấy đã gửi cho tôi một tín hiệu SOS, nhưng cô ấy đã làm điều đó trước đây. Một lần cô ấy làm vậy khi họ hết trà ở trại, và cô ấy muốn than phiền về điều đó. Tôi không biết tín hiệu SOS đó có nghĩa là cuộc đời cô ấy đang gặp nguy hiểm."

"Anh không thể biết được. Không ai trong chúng ta biết. Chúng ta không thể tự trách mình." Cả ba im lặng. "Chờ đã, hãy xem cuốn sách."

"Đúng như cô ấy đã nói. Một danh sách đầy đủ, chi tiết về tất cả những đứa trẻ giống chúng ta. May mắn là The Furies không lấy được cuốn sách này!"

"Này, đợi đã!" E-Z nói. "Chỉ nghĩ đến việc họ tra tấn cô ấy để tìm thông tin về chúng ta và những người khác – nghĩa là The Furies biết tất cả chúng ta tồn tại. Điều đó có nghĩa là những đứa trẻ đó đang ở ngoài kia, một mình và chúng thậm chí không biết điều gì sắp xảy ra!

"Chúng ta phải đến đó trước. Bởi vì chỉ là vấn đề thời gian trước khi – dù họ đã tìm ra chúng ta như thế nào – họ sẽ tìm ra nơi chúng ở."

"Nhưng nếu đây là một cái bẫy, để dẫn The Furies trực tiếp đến chỗ chúng ta thì sao?" Alfred hỏi.

"Tôi không nghĩ họ biết nơi tìm chúng ta, nếu không họ đã ở đây rồi, phải không?" E-Z hỏi. "Ý tôi là, họ đã có yếu tố bất ngờ. Bằng cách giết Rosalie, họ đã lộ bài. Họ muốn chúng ta biết rằng họ biết điều gì đó... có lẽ để làm chúng ta hoang mang vì chúng ta là người lãnh đạo." 'Còn những đứa trẻ khác thì sao?' Lia hỏi. 'Làm sao chúng ta có thể đến được chỗ chúng mà không để lộ tung tích của mình?"

"Hadz? Reiki?' E-Z gọi. 'Nếu các bạn nghe thấy tôi, chúng tôi cần ý kiến và sự giúp đỡ của các bạn."

POP.

POP.

"Các bạn có biết gì về Rosalie không?' anh hỏi.

"Có, chúng tôi biết, và đó là một câu chuyện buồn, rất buồn," Hadz nói, lau nước mắt bằng đôi cánh. 'Họ đã tra tấn cô ấy ở Phòng Trắng. Và nếu điều đó chưa đủ tồi tệ – họ đã hoàn toàn phá hủy nó và mọi thứ bên trong. Tất cả những cuốn sách có cánh đẹp đã –

đã biến mất. Rosalie, đã biến mất. Biến mất.' Cô không thể nói thêm vì những tiếng nức nở.

"Thôi nào, thôi nào," Reiki nói. 'Và đó chưa phải là hết. Chúng ta không biết linh hồn của Rosalie đã đi đâu."

"Chờ đã, thi thể của cô ấy đang nằm trên giường trong phòng cô ấy ở khu nhà dưỡng lão phía bên kia thành phố. Có thể linh hồn cô ấy đang ở đó cùng cô ấy?' E-Z hỏi.

Reiki nói: "Cậu có thứ gì đó được đóng kín, cách ly khỏi không khí, khỏi mọi thứ không? Nếu có, hãy đi lấy ngay lập tức – rồi chúng ta sẽ đi xem linh hồn của Rosalie có ở đó không. Chúng ta sẽ thuyết phục nó vào trong hộp – tạm thời – cho đến khi chúng ta tìm ra nơi Soul Catcher của cô ấy ở đâu. Tôi hy vọng những con Furies đó chưa lấy nó."

E-Z vội vàng chạy vào bếp, nơi Sam và Samantha đang bận rộn cho hai đứa trẻ ăn. "Chúng ta còn cái bình giữ nhiệt lớn không?"

"Có, nó ở trong tủ trên tủ lạnh," Sam nói, rồi anh nhẹ nhàng nói với con trai.

"Cảm ơn," E-Z nói, khi anh quay trở lại phòng mình. "Cái này được không?"

Cả hai phải cùng nhau mang cái hộp.

"Chờ đã!" Alfred hét lên, kịp thời ngăn họ lại trước khi Hadz và Reiki nhảy ra. "Có lẽ tôi có thể giúp? Tôi có khả năng chữa lành. Hãy mang tôi theo. Để tôi thử. Làm ơn."

POP

POP

FIZZLE

Và ba người họ biến mất, đáp xuống phòng của Rosalie.

"Cô ấy đây rồi," Alfred nhảy lên giường, cẩn thận không dẫm lên cô bằng đôi chân có màng. Dùng mỏ, anh nhấc tấm chăn, trong khi Hadz và Reiki lơ lửng xung quanh.

"Anh ấy định làm gì vậy?" Reiki hỏi.

"Suỵt," Hadz nói.

Alfred đặt mỏ lên trán Rosalie và chạm vào trái tim cô bằng một cánh. Không có gì xảy ra.

"Để tôi thử cách khác," con thiên nga nói. Lần này, nó lơ lửng trên cơ thể Rosalie, trán áp sát trán cô. Lại không có gì xảy ra.

"Cậu đã cố hết sức rồi," Hadz nói, "bây giờ chúng ta cần bảo vệ linh hồn cô ấy. Hãy ra đây, ra đây dù cậu ở đâu."

Và như vậy, linh hồn Rosalie trôi về phía họ.

"Em sẽ an toàn ở đây," Reiki nói, khi linh hồn được dỗ dành vào hộp, rồi nắp hộp được đóng chặt.

POP.

POP.

FIZZLE.

"Cậu có giúp được cô ấy không?" Lia hỏi, nhưng cô đã biết câu trả lời qua ánh mắt của Alfred. Cô ôm anh, "Em chắc chắn cậu đã cố gắng hết sức."

"Anh ấy thực sự đã cố gắng," Hadz nói.

"Linh hồn cô ấy an toàn ở đây... không ai được mở nó ra. Nó cần được giữ an toàn cho đến khi Người Bắt Linh Hồn sẵn sàng lấy nó."

"Có lẽ anh nên giữ nó bên mình?" Alfred nói. "Và cảm ơn vì đã cho tôi thử."

Trong phòng của E-Z, The Three lập kế hoạch đưa những đứa trẻ khác lại với nhau. Quyết định rằng E-Z sẽ đến Úc để tìm Lachie – còn được gọi là Cậu Bé Trong Hộp. Alfred sẽ bay đến Nhật Bản, nơi anh sẽ thu thập Haruto, cậu bé bị bỏ rơi trong rừng. Cuối cùng, nhưng không kém phần quan trọng, Lia sẽ đi khắp Hoa Kỳ để thu thập Brandy, cô gái có thể hồi sinh.

Nhiệm vụ của họ đã rõ ràng – nhưng những gì họ sẽ làm khi đến đó thì chưa. Những Người Khác có độ tuổi, văn hóa và ngôn ngữ khác nhau. Một số cần sự cho phép của cha mẹ, và một số thì không.

"Tôi tự hỏi Rosalie đã nói gì về chúng ta với họ?" Lia hỏi.

"Chúng ta có thể hỏi họ khi gặp mặt," Alfred đề nghị.

"Trong lúc đó, chúng ta có hành lý cần đóng gói và kế hoạch cần lập. Tôi sẽ đến đó bằng ghế của mình, nhưng hai người có nhiều lựa chọn. Hãy quyết định phương án phù hợp nhất và thực hiện kế hoạch. Tôi tin các bạn sẽ đưa ra quyết định đúng đắn và thời gian không chờ đợi."

"Tôi mừng vì cậu đã nói vậy," Lia nói, "vì tôi không chắc mình có muốn bay đến đó bằng máy bay không. Tôi nghĩ Little Dorrit có thể là lựa chọn tốt nhất, nhưng sự không chắc cô ấy có thích không. Cô ấy sẽ bay đi với một hành khách và trở về với hai người."

"Tôi cũng không chắc," Alfred nói. "Tôi có thể bay đến đó tự nguyện – nhưng, vì Haruto còn nhỏ – tôi cần đi cùng cậu bé trên máy bay – trừ khi bố mẹ cậu bé cũng đi cùng. Hơn nữa, tôi phải lo lắng về thời tiết xấu – và đó là một quãng đường dài."

"Như tôi đã nói, hai người quyết định xem phương án nào phù hợp nhất. Alfred, nếu anh quyết định bay máy bay – hãy nhờ chú Sam lo liệu chi tiết cho anh."

Ba người chuẩn bị đưa tất cả các đứa trẻ tập trung lại. Sau đó, họ sẽ lên kế hoạch – để đánh bại những con quỷ Furies độc ác. Dù đó có thể là kế hoạch cuối cùng họ từng lập ra.

1
Úc

E-Z là người đầu tiên trong đội rời Bắc Mỹ. Bay lượn trên bầu trời trong chiếc xe lăn, anh tận hưởng sự tự do mà không gian rộng mở mang lại.

Chỉ nghĩ đến việc phải cất chiếc xe lăn vào khoang hành lý trên máy bay đã khiến anh rùng mình. Nếu nó bị mất? Hay bị hỏng? Đó không phải là rủi ro đáng để mạo hiểm. Batman có bỏ lại Batmobile của mình không? Không bao giờ.

Tuy nhiên, anh khá chắc chắn mình sẽ phải bay về cùng Lachie. Không thể để đứa trẻ bay một mình. Có lẽ họ sẽ làm ngoại lệ cho anh và cho anh bay cùng xe lăn? Đáng để hỏi thử. Anh sẽ lo chuyện đó khi đến nơi. Hơn nữa, anh không muốn nghĩ đến đồ ăn trên máy bay. May mắn là anh đã mang theo bữa trưa đóng gói.

Anh chơi trò đua xe với những đám mây – và đôi lần lao thẳng qua chúng. Nhưng anh phải tập trung. Dù sao, Úc cũng ở bên kia trái đất.

Những ghi chép của Rosalie về cậu bé trong hộp không hữu ích như anh hy vọng. Anh đã đọc về câu chuyện của cậu bé trên mạng. Điều khiến anh ấn tượng nhất là cậu bé giờ đây thích động vật hơn con người. Điều đó có lý, sau tất cả những gì cậu bé đã trải qua.

Cậu bé tội nghiệp đó đã bị tổn thương nặng nề khi họ tìm thấy cậu, đến mức quên cả cách nói chuyện. E-Z biết rằng sự tàn nhẫn tồn tại trên thế giới, nhưng điều này thật không thể tưởng tượng nổi.

E-Z có rất nhiều câu hỏi mà anh hy vọng sẽ tìm được câu trả lời, chẳng hạn như cha mẹ của Lachie ở đâu? Ai đã cho cậu ăn và dọn dẹp lồng của cậu? Ai đã nhốt cậu vào đó? Tại sao?

Bài báo cho biết họ đã cử phóng viên đến chụp ảnh cậu bé, để xem cậu đang thế nào, nhưng những con vật không cho họ lại gần. Ngay cả khi họ cố dùng ống kính tele. Những con quạ tấn công và tấn công dữ dội. E-Z xem một vài đoạn video về cuộc tấn công của quạ – trông như một cảnh trong phim The Birds của

Hitchcock. Cuối cùng, một con quạ bay đi với ống kính của phóng viên. Sau đó, họ để cậu bé một mình.

E-Z hy vọng cậu bé sẽ tin tưởng anh. Và rằng những người bạn động vật của cậu cũng sẽ tin tưởng anh. Nếu không, hành trình của anh sẽ vô nghĩa. Thực ra, không hẳn là vô nghĩa nếu anh gặp và trò chuyện với cậu bé. Liệu cậu bé có muốn giúp đỡ người khác sau cách mình bị đối xử? Chỉ thời gian mới trả lời được.

Anh đang bay qua Đại Tây Dương. Anh đã bay qua tuyến đường này trước đây, và đó là nơi anh gặp Alfred lần đầu tiên. Điện thoại trong túi anh rung lên – anh nhìn vào và thấy một tin nhắn từ Lia.

"Chỉ muốn cho anh biết rằng tôi đang đi cùng Little Dorrit."

"Anh quyết định không bay – bằng máy bay – sau cùng?"

"Little Dorrit xuất hiện, và cô ấy có trong lịch trình của tôi."

"Nghe có vẻ hay đấy." Anh gửi biểu tượng ngón tay cái lên.

"Anh đang ở đâu?" cô hỏi.

"Đang bay qua Đại Tây Dương. Nước, nước và toàn là nước."

Họ ngắt kết nối và anh tăng tốc, bay qua châu Phi nơi anh nhìn thấy Robben Island – nhà tù nơi Nelson Mandela bị giam giữ gần 30 năm.

Dạ dày anh sôi sục; anh không thích chiếc sandwich trong ba lô. Vậy là anh hạ cánh ở Cape Town và hy vọng có thể dùng thẻ ngân hàng để mua đồ ăn. Anh thấy biển hiệu một quán bán "Cá và Khoai tây chiên truyền thống" với lá cờ Anh và họ chấp nhận thẻ ngân hàng. Anh mua bữa ăn đã chuẩn bị sẵn, rồi bay lên đỉnh Lion's Head. Sau khi ăn xong bữa ăn ngon lành, anh chụp một bức ảnh tự sướng rồi tiếp tục hành trình.

"Đánh thức tôi sau hai giờ," anh nói với chiếc xe lăn, nó rung lên rồi tăng tốc. Khi tỉnh dậy, anh đang băng qua Đại Tây Dương. Vô số vì sao xung quanh khiến anh cảm thấy bớt cô đơn. Anh tiếp tục hành trình, cảm thấy chiến thắng khi gần đến đích, rồi thấy mặt trời ló dạng trên đường chân trời, báo hiệu một ngày mới.

Rồi nó hiện ra ngay trước mặt anh – bờ biển Úc. Háo hức muốn tận mắt chứng kiến, anh tăng tốc và lao về phía trước. Nhận ra mình rất khát, anh với tay vào ba lô, lấy ra chai nước và uống cạn. Anh bỏ chai rỗng vào ba lô để xử lý sau, dù vẫn còn no bụng vì món cá và khoai tây chiên đã ăn trước đó. Anh quyết định ăn tiếp chiếc sandwich thịt xông khói và phô mai mà chú Sam đã chuẩn bị.

Anh bay trên bầu trời Tây Úc, cảm thấy nóng nên cởi áo khoác và cho vào ba lô. Anh tiếp tục bay vào vùng Outback của Lãnh thổ Bắc Úc, tự hỏi nên hạ cánh ở đâu thì một con chim nhỏ với lông màu xanh lam điểm xuyết vòng đen quanh cổ bay về phía anh.

"Hãy theo tôi, E-Z," cô nói. 'Tôi đã đợi anh."

"Uh, anh là ai?' anh hỏi.

"Tôi là một con chim tiên," cô nói. 'Đi nào, anh ấy đang đợi."

Một nhóm chim ưng đen bay theo họ.

"Đừng lo,' con chim tiên nói. 'Họ là vệ sĩ của chúng ta."

Anh quan sát hình dáng độc đáo của những sọc trắng trên ngực đen của những con chim ưng. Anh đã nghe nói về 'thơ trong chuyển động," giờ anh đã hiểu chính xác ý nghĩa của cụm từ đó.

Rồi anh ta thấy cậu bé. Cậu đang ở dưới, vẫy tay. E-Z vẫy tay lại. Ngoại trừ việc cậu đang ngồi trên lưng một con chim khổng lồ, cậu trông như bất kỳ đứa trẻ nào khác.

"Chào mừng đến Úc," anh ta nói. 'Sắp tối rồi, hãy theo tôi. À, mà này, cậu có thể gọi tôi là Lachie."

"Rất vui được gặp cậu, Lachie! Tôi không thể chờ để xem thêm về đất nước tuyệt vời của cậu. Chỉ tiếc là không thể ở lại lâu hơn."

"Đây là Rừng Savanna,' cậu bé nói. "Hít thở sâu và cậu sẽ cảm nhận được mùi hương của cây bạch đàn."

"Đúng vậy, mùi thật tuyệt vời," E-Z nói.

Họ tiếp tục hành trình, qua vùng đất đá, qua đồng bằng ngập lụt và những hồ nước nhỏ. Cuối cùng, họ đến đích tại The Outliers.

"Đây là nơi tôi sống," cậu bé nói. "Kakadu National Park là công viên quốc gia trên đất liền lớn nhất Úc với diện tích hơn 20.000 km². Tôi sống ở đây cùng với cây cối và động vật." Chim công nhỏ đáp xuống đầu cậu bé. "Ôi, cậu lại mệt rồi," cậu bé nói với nụ cười. Rồi quay sang E-Z, "Nó thường cần ai đó đưa đi."

Khi đến một khu vực trông giống như một trại cắm trại, cậu bé nói, 'Chào mừng đến nhà tôi."

"Cảm ơn,' E-Z nói. "Tôi thật sự cần tắm rửa, hoặc tắm bồn, và tôi phải đi vệ sinh."

"Tôi đã đào một nhà vệ sinh, ở đằng sau cây kia. Anh sẽ an toàn ở đó. Sau đó tôi sẽ chỉ cho anh nơi có thác nước, để anh có thể tắm rửa."

"Thác nước à? Có cá sấu trong đó không?"

"Có cá sấu... nhưng chúng quen với việc tôi dùng thác nước. Tôi sẽ đi cùng anh lần đầu tiên nếu anh muốn?"

"Không, tôi có cánh và ghế của tôi cũng có. Chúng ta sẽ bay đi nếu nghe thấy tiếng nước mạnh!"

"Tốt lắm," đứa nhỏ nhất nói. "Chỉ cần lơ lửng trong dòng nước chảy – đừng hạ cánh – và cậu sẽ an toàn. Trong khi đó tôi sẽ đi kiếm thức ăn cho bữa tối. Nếu cần giúp đỡ, chỉ cần hét lên và tôi sẽ chạy đến."

Khi anh ta đến gần thác nước, anh ta thấy những biển báo – và rất nhiều biển báo với chữ "NGUY HIỂM" và "CẢNH BÁO". Một biển báo cho biết có cả cá sấu nước mặn và nước ngọt ở đó. Trời ơi.

"Lên, lên đỉnh!" anh ta điều khiển ghế của mình. Anh ta lao thẳng vào nước, mặt hướng xuống và ngồi đó tận hưởng dòng nước chảy qua và xung quanh mình. Ban đầu nước rất lạnh, nhưng khi anh ta quen dần, nó cảm thấy ổn.

Khi nhìn quanh, anh nghĩ về con emu mà cậu bé đã gặp. Thật kỳ lạ khi một loài chim to lớn như vậy – với đôi cánh khổng lồ lại không thể bay. Anh đọc về những loài chim không thể bay trên mạng. Anh ngạc nhiên khi thấy kiwi, emu, đà điểu, chim cánh cụt, chim cassowary và chim rheas trong danh sách. Anh đọc trên mạng rằng DNA của loài Ratites đã thay đổi nên bây giờ chúng không thể bay. Anh cảm thấy hơi có lỗi, vì anh, một cậu bé, có thể bay trong khi những loài chim đẹp đẽ kia không thể.

Khi đã sạch sẽ và mặc bộ quần áo mới, anh quay lại chỗ cậu bé, người đang bận rộn chuẩn bị bữa ăn.

"Đây là quả mận dê."

E-Z cắn một miếng. Nó ngon tuyệt vời.

"Đây là quả táo đỏ, và đây là quả mâm xôi đen."

E-Z ăn hết mọi thứ và rất thích.

"Đó là món tráng miệng của chúng ta, bây giờ tôi phải chuẩn bị món chính." Cậu bé đào bới mãi, rồi lấy ra một nồi quá nóng để cầm. Khi cậu mở nắp bằng một cây gậy, mùi thơm của món ăn làm E-Z thèm thuồng.

"Đây là hàu," cậu bé nói, đặt một ít lên lá.

"Ngon quá. Tôi chưa bao giờ thử hàu trước đây."

Mặt trời đang lặn xuống. "Đến giờ đi ngủ rồi," cậu bé nói.

"Cảm ơn cậu đã cho tớ cảm thấy thật thoải mái." E-Z ngáp dài. Đến lúc đó, cậu mới nhận ra mình đã thức bao lâu.

"Cậu sẽ ngủ ở trên kia," cậu bé chỉ lên cây, nơi có một ngôi nhà trên cây và một thang dây dẫn xuống. "Cậu có thể bay lên, đeo phanh để không bị xê dịch khi ngủ.

Phòng tớ ở kia," cậu chỉ vào một cây khác có dây thừng dẫn xuống và một ngôi nhà trên cây ở đỉnh.

"Ngủ đi," Lachie nói. "Chúng ta sẽ giải quyết mọi chuyện vào sáng mai."

2
JAPAN

Alfred có thể đã được E-Z đưa đến sân bay trên đường đến Úc. Thay vào đó, anh quyết định bay theo cách truyền thống của con người – trên máy bay.

Sam phải thương lượng khá lâu với hãng hàng không để thuyết phục họ cho con thiên nga trumpeter một chỗ ngồi. Chưa kể đó là một chỗ ngồi phía trước trong khoang hạng nhất. Sam đã tận dụng mối quan hệ của mình tại nơi làm việc để giúp Alfred có một chuyến bay sang trọng.

Trong khoang máy bay, Alfred đeo tai nghe và thắt cà vạt may mắn, anh cảm thấy như ở nhà. Anh rất thư giãn và tiếp viên hàng không rất chu đáo. Tuy nhiên, anh không thể chờ đợi để đến Nhật Bản. Và để gặp cậu bé tên Haruto.

Alfred để ba lô gần đó và bên trong có vài món ăn nhẹ. Anh sẽ đợi đến khi thật sự đói mới mở túi gạo lứt và cần tây hoang dã. Ngoài thức ăn, anh còn mang theo pin dự phòng cho điện thoại và thẻ tín dụng của Sam kèm theo thư cho phép anh sử dụng.

Trong khi nhìn ra cửa sổ, những đám mây trôi qua, anh nghĩ về Haruto. Theo ghi chép của Rosalie, cậu bé nhỏ hơn nhiều so với những đứa trẻ khác. Và cô không biết khả năng đặc biệt của cậu là gì – nếu cậu thực sự có.

Kế hoạch của Alfred là giải thích mọi thứ cho cha mẹ Haruto trước, hy vọng họ sẽ đồng ý. Sau đó, từ từ tiết lộ thêm chi tiết về cách Haruto có thể giúp đỡ, sau khi xác định được lĩnh vực chuyên môn của cậu, tức là những sức mạnh cậu sở hữu.

Phần khó khăn nhất sẽ là thuyết phục họ cho phép con trai nhỏ của họ đi du lịch nước ngoài. Vấn đề tiền bạc không phải là vấn đề – Sam nói anh nên dùng thẻ tín dụng của mình. Nhưng thuyết phục họ đồng ý để một con thiên nga đưa con trai họ đến Bắc Mỹ, điều đó sẽ cần nhiều thời gian và công sức.

Anh ngả lưng vào ghế và ghế ngả ra sau.

"Anh có muốn gì không?" cô tiếp viên xinh đẹp hỏi.

Thật may mắn là con người bây giờ có thể hiểu anh. Điều đó khiến cuộc sống của anh dễ dàng hơn nhiều vì không cần phiên dịch.

"Một tách trà sẽ rất tuyệt," Alfred nói. 'Trong một cái bát,' anh thêm. 'Khó mà đưa cái mỏ này vào tách trà."

Tiếp viên mỉm cười. Một lúc sau, cô quay lại với một cái bát, một túi trà, đường, sữa và một cái bát nước lạnh. 'Trường hợp trà quá nóng," cô nói.

"Thật chu đáo," Alfred nói.

Anh để trà nguội bớt, rồi tiếp tục nhìn ra cửa sổ. Thật tuyệt vời khi có thể ngồi thư giãn và ngắm cảnh. Không phải lo lắng về những cơn gió mạnh, tuyết, mưa hay kẻ săn mồi.

Cuối cùng, anh uống trà với một ít sữa và đường, rồi chìm vào giấc ngủ.

Anh tỉnh dậy khi nghe thông báo tiếp viên đang chuẩn bị cho hành khách hạ cánh. Anh đã ngủ suốt cả chuyến bay!

Qua cửa sổ, anh nhìn thấy toàn cảnh sân bay Haneda. Xung quanh là những thảm cỏ xanh mướt, đủ cho anh ăn. Anh sẽ thử một ít, và giữ lại cơm và cần tây cho sau.

Xa hơn, anh thấy hình dáng của ngọn núi cao nhất Nhật Bản - Núi Fuji. Sam đã đúng, ngồi bên trái máy bay là vị trí tốt nhất để ngắm "trái tim của Nhật Bản".

"Anh có biết trên tầng năm có một đài quan sát không? Từ đó có thể nhìn thấy núi Fuji rõ hơn," tiếp viên nói với Alfred.

"Tôi ước mình có nhiều thời gian hơn, nhưng cảm ơn anh. Có lẽ lần sau khi trở về."

Các tiếp viên cho phép anh ra khỏi máy bay trước. Họ xếp hàng để chào tạm biệt, như thể anh là một ngôi sao nhạc rock.

Vì Alfred chỉ mang theo hành lý xách tay và thiên nga không được cấp hộ chiếu, anh ta ra khỏi sân bay để tìm taxi.

Trước chuyến đi, anh đã tra cứu trên mạng cách thuê taxi ở Nhật Bản. Thông tin cho biết anh nên tìm sticker màu đỏ ở góc dưới bên phải kính chắn gió của taxi. Sticker màu đỏ này xác nhận taxi sẵn sàng đón khách.

Khi tìm thấy một chiếc có sticker, anh ta rất vui. Anh ta bay đến cửa sổ mở và đưa cho tài xế một mảnh giấy bằng mỏ. Mảnh giấy ghi rõ nơi anh ta cần đến. Tài xế rất tốt bụng và không phiền chở một hành khách là con thiên nga. Anh ta bấm nút trên vô lăng để mở cửa sau, cho Alfred vào. Tài xế đóng cửa và họ khởi hành.

Haruto và gia đình anh sống ở thành phố lớn thứ hai của Nhật Bản, gọi là Yokohama. Mặc dù anh cố gắng ngắm nhìn cảnh vật, bao gồm cả đường chân trời, nhưng tất cả những gì anh có thể nghĩ đến là làm thế nào để thuyết phục Haruto và gia đình anh tham gia cuộc chiến chống lại The Furies.

Điện thoại trong ba lô của anh rung lên. Anh với tay vào trong; đó là tin nhắn từ E-Z.

"Đang ở cùng Lachie. Anh thế nào ở Nhật Bản?"

Anh gõ bằng mỏ, một kỹ năng anh tự học trong suốt hành trình đến Nhật Bản một mình. Anh gõ rất nhanh và ít sai sót.

"Gần đến Yokohama rồi, đang đi taxi. Hy vọng sẽ đến nhà Haruto sớm."

E-Z gửi cho anh một biểu tượng ngón tay cái hướng lên.

Con trai Alfred rất thích lắp ráp robot Gundam. Ở Yokohama, một robot khổng lồ đang được xây dựng. Khi hoàn thành, nó sẽ cao 59 feet, anh phát hiện ra khi đọc về nó trên mạng. Con trai anh chắc chắn sẽ thích đến Nhật Bản để xem nó. Kể từ khi họ qua đời, Alfred cố gắng không nghĩ về họ vì điều đó khiến anh buồn. Hôm nay, ở Nhật Bản, anh quyết định xem mọi thứ có thể, như thể gia đình anh đang ở ngay bên cạnh. Cuộc đời quá ngắn ngủi, ngay cả khi là một con thiên nga, để luôn buồn bã.

Tài xế dừng xe trước một ngôi nhà vườn có bậc thang với hoa hai bên lan can. Tài xế mở cửa và Alfred bước xuống. Anh đi lên vài bậc thang, dừng lại và nhấm nháp cỏ mọc um tùm hai bên cầu thang. Không khí mát mẻ và thơm ngát, khu vườn riêng phía trước ngôi nhà thật đẹp. Khi gần đến đỉnh, anh ta nhận ra khu vực phía trước ngôi nhà rất hấp dẫn, với một tác phẩm nghệ thuật hình cú mèo phun nước bên trái gần lối vào. Tuy nhiên, ngôi nhà chính có tất cả rèm cửa kéo xuống như không có ai ở nhà. Anh ta hy vọng có ai đó sẽ ra đón mình. Anh ta muốn ăn nhẹ và nghỉ ngơi một chút.

Anh gõ cửa bằng mỏ. Một giọng nói phát ra từ một hộp gần giữa cửa, mà anh không thể với tới nếu không bay lên – và anh đã làm vậy.

"Tên tôi là Alfred," anh nói.

Cửa mở ra và một bà lão ra hiệu cho anh vào trong. Anh theo bà, tự hỏi liệu một thành viên trong nhóm đã liên hệ với gia đình để giới thiệu trước khi anh đến.

Anh ta tiếp tục theo bà, tiếng chân có màng của anh ta đập xuống sàn gỗ cứng là tiếng duy nhất có thể nghe thấy. Bên trong ngôi nhà đầy gỗ – và mùi hoa lan thơm ngát tràn ngập không gian. Bà lão dẫn anh ta đến phòng khách, nơi có nhiều đồ nội thất, chủ yếu là da. Rèm cửa phía sau nhà mở rộng – anh ngắm nhìn khung cảnh vườn sau xanh mướt. Bà chỉ về phía một chiếc ghế và anh bước đến ngồi xuống.

Anh vừa mới ngồi thoải mái thì bà quay lại phòng với một khay trà nóng hổi và vài chiếc bánh. Dường như bà đã chờ anh – hoặc có lẽ ấm đun nước ở Nhật Bản sôi nhanh hơn.

Sau lưng cô là một cậu bé nhỏ, đang nắm chặt chân cô và trốn sau lưng. Cậu bé trông đúng tuổi của Haruto, nhưng anh đã đọc rằng không nên gọi tên riêng của người Nhật mà không được phép. Thỉnh thoảng cậu bé liếc nhìn Alfred, rồi lại trốn đi. Cậu bé trông khoảng bốn hoặc năm tuổi, mặc áo phông Optimus Prime, quần ngắn và dép lê.

"Cậu thích Optimus Prime à?" Alfred hỏi.

Cậu bé mỉm cười, rồi quay lại chỗ trốn.

Người phụ nữ đuổi cậu bé đi để có thể pha trà.

Alfred đã cài đặt ứng dụng dịch trên điện thoại. Anh đọc từ 'hello' trên màn hình và nói: 'Kon'nichiwa.' Anh xin lỗi vì phát âm không tốt.

"Anh ấy là người Anh," cậu bé nói, và khi cậu nói, người phụ nữ lớn tuổi lắc đầu.

Alfred ngạc nhiên trước khả năng nói tiếng Anh của cậu bé. "À, cậu biết tiếng Anh. Và đúng vậy, tôi là người Anh. Cậu thật thông minh khi nhận ra giọng của tôi."

Cậu bé nhìn người phụ nữ trước khi nói. Bà gật đầu.

"Bố mẹ tôi đang đi làm," cậu nói. "Đây là Sobo của tôi" (nghĩa là bà nội) "và tên tôi là Haruto."

"Xin chào," người phụ nữ nói, cũng bằng tiếng Anh. 'Cậu nên quay lại sau nhé."

"Tên tôi là Alfred. Tôi có thể gọi cậu là Haruto không?' cậu bé gật đầu, rồi quay sang người phụ nữ, 'Tôi nên gọi bà là gì?"

"Sobo,' bà nói, "mọi người đều gọi tôi là Sobo vì tôi là bà nội của Haruto. Tôi là bà nội của mọi người. Cậu ấy rất vui khi chia sẻ tôi."

Alfred gật đầu, "Tôi rất vui được gặp cả hai người."

"Rosalie có gửi cậu đến không?" cậu bé hỏi.

"Cậu nhớ Rosalie à?" Alfred hỏi. Anh rất vui vì họ có mối liên hệ này – mặc dù biết trước Haruto có thể nói tiếng Anh có thể đã giúp anh bớt lo lắng. Tuy nhiên, anh quyết định làm theo lời khuyên của người phụ nữ và đứng dậy ra về.

"Bố tôi làm việc gần đây," Haruto nói.

"Tôi cần tìm chỗ ở. Anh có thể giới thiệu chỗ nào gần đây không?"

Bà của Haruto cho Alfred địa chỉ kèm hướng dẫn đi bộ đến đó.

"Tôi sẽ gọi cho bạn tôi quản lý khách sạn. Anh ấy sẽ giúp cậu ổn định và cậu có thể gặp con trai tôi sau tại quán cà phê."

"Cảm ơn," Alfred nói.

Quãng đường đến khách sạn ngắn và anh tận hưởng không khí trong lành. Anh thậm chí còn nếm thử một ít cỏ Nhật Bản, có vị khá ngon, và uống vài ngụm nước từ vòi phun.

Phòng nhỏ nhưng có đầy đủ tiện nghi, sạch sẽ và được trang bị rất tốt. Trên bàn cạnh giường có một chiếc đèn bàn, chân đèn hình con cú. Anh bật tắt đèn, để ý thấy đôi mắt con cú sáng lên. Anh tắm rửa, thay một chiếc cà vạt khác, rồi đi đến quán cà phê nơi sẽ gặp cha của Haruto.

Điện thoại của anh rung lên; đó là tin nhắn từ E-Z.

"Nhật Bản thế nào?"

"Tốt," anh trả lời bằng cách gõ chữ bằng mỏ. "Tôi đã gặp Haruto và bà của cậu ấy. Họ nói tiếng Anh. Cậu ấy rất nhút nhát, nhưng biết Rosalie. Cậu ấy trông còn rất nhỏ – có lẽ khoảng bốn hoặc năm tuổi. Có thể sẽ khó thuyết phục gia đình cậu ấy cho cậu ấy đến Bắc Mỹ."

"Rosalie biết cậu bé có sức mạnh – nhưng đúng là cậu bé trẻ hơn tôi nghĩ," E-Z nói. 'May mà họ nói được tiếng Anh. Anh đang ở đâu?"

"Tôi đang trên đường đến quán cà phê để gặp cha của Haruto. À mà, tôi nghĩ Rosalie không có thời gian cập nhật hoặc hoàn thành ghi chép về Haruto. Cô ấy gọi cậu bé là 'em bé'."

"Tôi không chắc chúng ta nên lo lắng đến mức nào ở giai đoạn này, nhưng tôi vừa đọc trên mạng – nó nói The Furies có thể biến thành bất kỳ hình dạng nào. Chỉ chia sẻ thông tin thôi. Vì chúng ta không thể nhận ra họ, nếu họ phát hiện ra chúng ta, chúng ta cần cẩn thận."

Alfred gửi biểu tượng ngón tay cái lên.

"Tôi phải đi ngay," E-Z nói.

3
GIẤC MƠ

E-Z đang ngủ và thức. Nghĩa là anh ta có thể nhìn thấy trần nhà trên giường, cảm nhận tấm nệm đỡ lưng. Và thế nhưng, trong đầu anh ta, ba tiếng hét của ba con ma nữ đang gào thét:

"Hãy nói cho chúng ta biết ngươi ở đâu!"

"Nói đi!"

"Nói ngay bây giờ!"

"Khôngooooooooooooo!" anh ta hét lên.

Rồi trên trần nhà, phía trên đầu anh ta, có một chiếc gương. Nhưng người trong gương, phản chiếu lại anh ta, không phải là chính anh ta. Thay vào đó, đó là chú Sam của anh ta. Và trong hình ảnh phản chiếu, chú Sam của anh ta đang gào thét và quằn quại trong đau đớn.

"Chú Sam đang ở trong hang của chúng ta!" con phù thủy đầu tiên gào thét.

"Và ông ta sẽ không bao giờ thoát ra được nữa!" hai con phù thủy còn lại đồng thanh mỉa mai.

Rồi ba người bỗng phá lên cười, một tiếng cười mà anh chưa từng nghe thấy bao giờ. Tiếng cười đó giống như tiếng cười của chó sói, guttural, hoang dã.

"Nói đi!" ba phù thủy độc ác đòi hỏi và chúng chọc ngoáy chú Sam như thể ông là một miếng thịt đang được chuẩn bị trước khi nướng.

"E-Z," chú Sam nói, giọng run rẩy như thể cơ thể ông đang ở trong gương. "Dù họ muốn gì, đừng cho họ. Dù họ làm gì với tôi, đừng đầu hàng."

"Nếu các người làm hại anh ấy," E-Z nói, 'tôi sẽ, tôi sẽ..."

"Hãy nói cho chúng tôi biết các người ở đâu, họ ở đâu, và chúng tôi sẽ thả anh ta,' họ hát cùng nhau bằng giọng nói không khác gì ở địa ngục.

"Tất cả chúng tôi cần là một manh mối, hoặc hai," người thứ hai nói.

"Hãy cho chúng tôi biết ai là ai," người đầu tiên nói.

"Hoặc chúng tôi sẽ tiêu diệt kẻ mà anh biết," người thứ ba nói.

Rồi họ cười. Tiếng cười của họ trong đầu anh khiến anh đau đớn. Nhưng anh chỉ đang mơ. Anh phải tỉnh dậy – NGAY LẬP TỨC.

"Ahhhhhhhhhhhhhhhhhhhhh!" Uncle Sam hét lên.

Tiếng cười vang lên.

E-Z tỉnh dậy và nhanh chóng nhận ra mình đang ở Úc cùng Lachie, không phải ở nhà trên giường của mình. Anh kiểm tra điện thoại, nhưng chỉ có một vạch sóng. Anh sẽ tiếp tục kiểm tra cho đến khi có đủ vạch để gọi cho Uncle Sam. Để đảm bảo ông ấy ổn. Rằng đó chỉ là một cơn ác mộng và không hơn.

Dưới cây nhà, anh nghe thấy Lachie đang di chuyển. Có lẽ đang chuẩn bị bữa sáng. Thật tốt khi thấy cuộc sống của cậu bé. Cách cậu đã tự vực dậy sau tất cả những gì đã trải qua. Con người thật đáng kinh ngạc.

Món gì đó Lachie đang nấu có mùi thơm phức, và bản năng đầu tiên của anh là bay xuống ngay lập tức để kể cho cậu bé nghe về cơn ác mộng của mình. Nhưng một tiếng nói trong đầu anh bảo anh giữ kín – ít nhất là bây giờ. Dù sao thì The Furies cũng không thể biết anh sống ở đâu. Nơi tất cả họ sống. Anh kiểm tra lại vạch sóng trên điện thoại – lần này thậm chí không có một vạch nào. Anh nhét nó vào túi và bay xuống.

"Ngủ ngon không?" Lachie hỏi, múc chất lỏng từ nồi đang đun trên lửa vào bát.

E-Z nhận lấy. 'Tôi có một giấc mơ kỳ lạ, nhưng ngoài ra thì ổn. Ở trên đó thật tuyệt. Cảm ơn vì đã tiếp đãi."

"Không sao. Ở đây có nhiều linh hồn. Và những âm thanh lạ lẫm với cậu. Nếu muốn nói về giấc mơ, cứ thoải mái,' Lachie nói.

"Có lẽ sau này."

"Được rồi, ăn đi. Hy vọng cậu thích nấm."

"Thích lắm," E-Z nói khi múc một lượng lớn súp nóng hổi vào miệng. "Ngon lắm."

"Ồ, đợi đã, tôi quên cái nắp – đó là bánh mì." Anh mở lớp giấy bạc ở giữa lò lửa, xé thành bốn phần và đưa phần đầu tiên cho E-Z.

"Đây là bánh mì ngon nhất tôi từng ăn! Anh học nấu ăn như thế nào vậy?"

"Một số người dân địa phương đã dạy tôi. Rất vui vì anh thích."

Họ ngồi im lặng, ánh nắng ấm áp chiếu xuống từ bầu trời cao. E-Z cố không nghĩ đến cơn ác mộng. Anh lấy điện thoại ra khỏi túi và kiểm tra lại tín hiệu. Chỉ còn một vạch. Anh yêu công nghệ – khi nó hoạt động.

"Bây giờ bụng đã no, chúng ta hãy nói về lý do anh đến đây," Lachie nói. "Trên hết, tôi có thể giúp gì cho anh."

E-Z không nói gì, thay vào đó anh liếc nhìn điện thoại lần nữa với trái tim đầy hy vọng. Lachie không tỏ ra bận tâm, anh tiếp tục xé thêm một miếng bánh mì. Cuối cùng, anh lấy lại tinh thần và tập trung vào vấn đề trước mắt.

"Xin lỗi, suy nghĩ của tôi đang ở nơi khác."

"Không sao. Bạn muốn thêm bánh mì không?"

"Không, tôi ổn. Trước tiên, tôi muốn biết Rosalie đã nói gì với anh về ba chúng ta. Ý tôi là Alfred, Lia và tôi."

"Vâng, cô ấy đã kể cho tôi nghe tất cả về ba người. Nó giống như cô ấy đang ở đây bên cạnh tôi, kể cho tôi nghe một câu chuyện trước khi đi ngủ. Càng nghe, tôi càng muốn gặp các bạn, muốn giúp đỡ các bạn."

"Tôi rất vui khi nghe bạn muốn giúp đỡ. Nhưng trước khi quyết định, hãy để tôi kể cho bạn nghe chi tiết trước. Con đường phía trước sẽ không dễ dàng cho bất kỳ ai trong chúng ta."

"Tôi không sợ thử thách," Lachie nói. "Rosalie đã kể cho bạn nghe gì về tôi?"

"Thành thật mà nói, cô ấy không kể nhiều, nhưng tôi đã đọc về anh trên mạng. Anh có bao giờ tìm ra chuyện gì đã xảy ra với cha mẹ anh không?"

"Không, và tôi không muốn biết. Tôi hạnh phúc ở đây, tự lập. Tôi không cần ai cả."

"Ai cũng cần bạn bè," E-Z nói.

"Có lẽ."

"Rosalie có kể cho anh về The Furies không?"

"Không, nhưng cô ấy nói rằng một ngày nào đó anh sẽ tìm đến tôi khi cần sự giúp đỡ để chiến đấu với cái ác. Và cô ấy nhắc đến The Furies – những người mà tôi đã nghe nói đến."

"Thật sao? Anh nghe được gì?" E-Z hỏi.

"Những người bản địa mà tôi học được điều mới mẻ mỗi lần ở bên họ, họ biết tất cả về The Furies. Họ đã nhắm vào những người nguyên thủy, cố gắng trừng phạt họ và đẩy họ ra khỏi đất đai của mình."

"Lachie đứng dậy, đổ nước vào lửa và đảm bảo nó đã tắt hẳn.

"Riêng tôi, tôi tin rằng cái ác phải tồn tại để cái thiện có thể tồn tại – nhưng phải có một loại quy tắc nào đó – và họ không tuân theo quy tắc nào. Mọi việc họ làm đều vì sự tồn tại của chính họ, và đó không phải là cách sống."

"Đó là những lời khôn ngoan cho một đứa trẻ như cậu," E-Z nói. Sau khi nói xong, anh cảm thấy hơi xấu hổ, như thể mình đang cố gắng quá mức để tỏ ra khôn ngoan khi là người lớn hơn. "Tôi nghĩ cậu bảy hoặc tám tuổi, đúng không?"

"Tôi nghĩ vậy, nhưng về tuổi thật của mình thì tôi không chắc. Khi họ tìm thấy tôi, họ không tìm thấy bất kỳ giấy tờ nào để chứng minh. Có lẽ khi giọng tôi bắt đầu thay đổi, tôi sẽ có câu trả lời." Anh ta cười.

"Trong thời gian chờ đợi, cậu có thể tự chọn tuổi của mình," E-Z đề nghị.

"Như tôi đã tự chọn tên của mình," Lachie nói. "Dù sao đi nữa, bất cứ điều gì cậu cần tôi làm, tôi sẵn sàng."

"Vấn đề với The Furies là họ đang sử dụng internet. Anh biết về internet chứ?"

"Tôi biết. Thư viện có wifi. Tôi thích đọc sách. Thần thoại rất hay. Khoa học viễn tưởng cũng vậy."

"The Furies đang dùng trò chơi trực tuyến đa người chơi để lừa gạt trẻ em. Hầu hết trẻ em đều chơi game, kể cả tôi," E-Z nói.

"Trò chơi là thứ lãng phí thời gian," Lachie nói. 'Đó là điều các thầy cô bản địa đã dạy tôi. Cuộc đời quá ngắn để lãng phí vào những thứ vô nghĩa."

"Nhưng ai cũng thích trò chơi mà,' E-Z nói. "Tôi có thể đưa cho cậu số liệu toàn cầu, nhưng điều quan trọng là The Furies đang lợi dụng hiện tượng này. Nó giống như mọi đứa trẻ chơi game đều đã trao cho họ quyền truy cập vào trái tim và tâm trí của mình."

"Làm sao vậy?"

"Để lên cấp trong trò chơi, bạn phải hoàn thành danh sách nhiệm vụ. Đó là cách duy nhất để tiến bộ trong trò chơi. Nếu không làm những gì được yêu cầu, chơi trò chơi sẽ không có ý nghĩa. Và nhiều lần, những gì bạn được yêu cầu làm là vi phạm pháp luật trong đời thực."

"Vi phạm pháp luật! Như thế nào?" Lachie hỏi.

"Như giết người."

Lachie lắc đầu.

"Đây là trò chơi, nên bạn phải làm những gì cần thiết để lên cấp."

"Ok, tôi hiểu rồi. Nhiệm vụ của The Furies là trừng phạt những kẻ phạm tội mà không bị trừng phạt. Họ đang lạm dụng nhiệm vụ đó để làm hại trẻ em chơi một trò chơi ảo."

"Đúng vậy, Lachie. Chính xác. Và khi trẻ em chết, họ cướp linh hồn của chúng."

"Để làm gì?"

"Cậu đã từng nghe nói về Soul Catchers chưa?"

"Chưa," Lachie nói.

"Khi cậu chết, linh hồn của cậu sẽ có một nơi an nghỉ vĩnh hằng. Đó được gọi là Soul Catcher. Nhưng những đứa trẻ này không được định sẵn để chết khi Furies bắt chúng, nên không có Soul Catcher nào chờ đợi chúng."

"Sao cậu biết tất cả những điều này?" Lachie hỏi.

"Các thiên thần trưởng không chỉ kể cho tôi mà còn cho tôi thấy. Tôi đã ở trong Soul Catcher của mình vài lần. Họ đã triệu hồi tôi đến đó. Tôi thậm chí không biết nó gọi là gì cho đến khi mọi chuyện xảy ra. Đó không phải là điều con người nên quan tâm. Hầu hết mọi người đều nghĩ chúng ta sẽ lên thiên đàng hoặc xuống địa ngục."

"Nếu Soul Catcher của anh đã sẵn sàng, và anh chỉ là một đứa trẻ, tại sao của chúng lại chưa sẵn sàng?"

"Câu hỏi hay. Một điều tôi chưa từng nghĩ đến. Có lẽ tôi đã cho rằng mình là trường hợp đặc biệt," E-Z nói. "Nhưng tôi biết rằng các thiên thần trưởng đã làm sai điều gì đó. Điều mà họ không muốn nhắc đến. Có lẽ đó là lý do họ cần sự giúp đỡ của chúng ta để sửa chữa điều này."

"Nhưng họ làm thế nào? Đó là điều tôi không hiểu."

"Họ đã vi phạm quy tắc, hy vọng kiểm soát tất cả các Soul Catchers. Khi chúng ta chết, linh hồn của chúng ta phải đi vào một Soul Catcher đang chờ đợi chúng ta khi chúng ta chết. Chúng không được phép chuyển giao. Nếu họ kiểm soát tất cả, thì mọi linh hồn sẽ không có nơi nào để đi. Điều đó sẽ đẩy thế giới sau cái chết vào hỗn loạn. Vậy, bây giờ bạn đã nghe hết mọi thứ – bạn vẫn tham gia chứ?"

"Có, chắc chắn. Hơn nữa, ở đây chẳng có gì hay ho để làm. Đây hẳn sẽ là một cuộc phiêu lưu thú vị."

"Thành thật mà nói," E-Z nói, "điều này sẽ không dễ dàng. Và anh sẽ phải đặt mạng sống của mình vào nguy hiểm cùng với chúng tôi. Nhưng chúng ta sẽ luôn bảo vệ lưng cho nhau.

"Chúng ta sẽ thắng!"

"Tôi hy vọng vậy, nhưng trước tiên, chúng ta phải tìm cách đến đó. Ông Sam đã đặt vé máy bay cho chúng ta. Chúng ta phải đến sân bay quốc tế gần nhất để lấy vé. Ông ấy đã đặt sẵn rồi."

"Không cần!" Lachie nói. 'Tôi có phương tiện riêng.' Anh đưa hai ngón tay vào miệng và huýt sáo.

Một vài phút trôi qua mà không có gì xảy ra.

"R---R---R---RRRRRRRRRRRRRRRR.""Cái gì vậy?" E-Z hỏi.

Lachie đứng im lặng khi những cây cối rung chuyển và di chuyển nhẹ nhàng.

Tiếp theo, E-Z nghe thấy tiếng cánh đập. Từ tiếng động, thứ đang đến có đôi cánh khổng lồ.

Rồi sinh vật đó phá vỡ tán lá cây. Nó trông không khác gì trong bất kỳ bộ phim Harry Potter nào.

"Đó là rồng sao?" E-Z hỏi.

"Đó là Aussiedraco," Lachie nói. "Còn được gọi là pterosaur, nên nó là loài bản địa." Nó nói với con rồng: "Chào anh bạn," rồi lao đến chào hỏi. Con quái vật khổng lồ có vảy hạ thấp đầu. Lachie vuốt ve nó, rồi nhảy lên lưng nó.

"Nhanh lên E-Z, cậu còn chờ gì nữa?"

"À, tôi có phương tiện di chuyển của riêng mình."

Lachie ngửa đầu ra sau và cười lớn.

"HAR-HAR-R-R-R-R!"

Con vật cũng tham gia cười.

"Tên nó là Baby," Lachie nói. "Lên đi vì Baby muốn đưa cậu đi dạo, và cái gì Baby muốn, Baby sẽ có."

"Nhưng ghế của tôi!"

Baby duỗi cổ dài, nhặt E-Z lên. Không có ghế, nó ném anh ta lên lưng. E-Z nắm chặt Lachie khi Baby nhảy lên không trung.

"Cẩn thận cây!" E-Z la lên.

Lachie và Baby cười vang.

Họ bay đi, vượt qua hàng dặm cát đỏ.

Chẳng bao lâu, E-Z cảm thấy không còn sợ hãi.

Họ bay qua nhiều dãy núi đá, một trong số đó trông giống như Homer Simpson đang nằm. Tiếp theo, họ thấy Uluru, khối đá đỏ khổng lồ.

Họ dành cả ngày bay khắp Australia, ngắm nhìn phong cảnh.

"Tốt hơn là nên quay về," Lachie nói. 'Chúng ta cần một giấc ngủ ngon trước khi bay đến Bắc Mỹ và gặp phần còn lại của đội."

"Nghe có vẻ hay,' E-Z nói, giờ đây anh càng thích chuyến bay này hơn và mong nó không bao giờ kết thúc. Anh sẽ không rơi, anh có cánh nếu cần – nhưng anh biết một điều chắc chắn, bay trên Baby là cuộc sống.

Anh chỉ tự hỏi sẽ giữ cô ấy ở đâu khi về nhà. Con rồng quá to để chứa trong gara. Anh sẽ giải quyết vấn đề đó khi đến lúc. Có lẽ nếu anh và Little Dorrit trở thành bạn, họ có thể ở chung?

"Đừng lo cho tôi," Baby nói.

E-Z ngạc nhiên.

"À, vâng, tôi có thể đọc suy nghĩ. Không phải lúc nào cũng được và không phải của ai cũng được," Baby nói.

"Tớ sẽ tự lo chỗ ngủ của mình. Còn về Little Dorrit, ừm, Unicorns và Rồng thường không hợp nhau – nhưng tớ sẵn sàng thử xem sao."

Baby đưa họ đến nơi, rồi bay đi trong đêm.

E-Z nhớ đến Uncle Sam, nhưng anh quá mệt để làm gì. Anh sẽ gọi cho ông vào sáng mai. Tất nhiên, mọi thứ sẽ ổn thôi.

4
Australia

T Sáng hôm sau, trong khi E-Z và Lachie đang chuẩn bị cho chuyến đi, họ trò chuyện và hiểu nhau hơn.

"Tôi cần sạc điện thoại và gọi cho chú Sam. Tôi muốn ghé qua để làm cả hai việc trước khi rời Úc."

"Không sao đâu, vì tôi cũng muốn mua vài thứ. Chúng ta có thể làm mọi thứ cùng lúc. Tôi sẽ đi mua sắm, còn cậu sạc điện thoại và gọi cho chú. Có gì cần tôi biết không?"

"Chỉ là một giấc mơ kỳ lạ. Nó khiến tôi muốn kiểm tra xem chú ấy có sao không để khỏi lo lắng vô ích."

"Được thôi," Lachie nói khi cất một số đồ nấu ăn vào chỗ an toàn, để chúng không bị hỏng cho đến khi anh quay lại. "Tôi chắc chắn sẽ nhớ nơi này."

"Tôi biết, và bạn bè của bạn nữa, nhưng bạn sẽ làm quen với những người mới, và mọi người sẽ khiến bạn cảm thấy như ở nhà. Hơn nữa, bạn sẽ quay lại trước khi bạn nhận ra."

"Đó chính là điều khiến tôi lo lắng. Nếu tôi không muốn quay lại thì sao? Nếu tôi quen với việc có người xung quanh? Quen với việc được chiều chuộng?" Anh dừng lại, hai con quạ đậu xuống, mỗi con một bên vai anh. Những con chim mổ nhẹ vào tai anh, như thể đang thì thầm với anh. Lachie mỉm cười và chúng bay đi.

"Chúng nói gì vậy?" E-Z hỏi.

"À, không có gì đặc biệt. Chúng chỉ nói rằng chúng yêu tôi và sẽ nhớ tôi." Một con quạ bay xuống và đậu trên vai anh. 'Đây là bạn đời của tôi, Erroll."

"Rất vui được gặp bạn, Erroll,' E-Z nói. "À, hai người làm sao mà trở thành bạn bè?"

Lachie cười. "Thật trùng hợp khi cậu hỏi điều đó. Errol đã tồn tại từ rất lâu. Thực ra, ông nội của anh ta, qua nhiều thế hệ, từng là vật nuôi của một người có thể là họ hàng xa của cậu. Đó là nếu cậu có quan hệ họ hàng với Charles Dickens?"

E-Z nghiêng người về phía trước, gật đầu. Lachie chắc chắn đã thu hút toàn bộ sự chú ý của cậu.

"Charles Dickens có một con quạ nuôi tên là Grip. Theo những câu chuyện được truyền lại qua nhiều thế hệ, chính Grip đã truyền cảm hứng cho Edgar Allan Poe viết bài thơ nổi tiếng nhất của ông, The Raven."

"Wow, thật tuyệt vời!" E-Z reo lên.

"Chim chóc rất thông minh. Cũng như những bậc trưởng lão bản địa đã nhận tôi làm đệ tử khi tôi mới đến Outback. Họ dạy tôi cách đọc viết, nấu ăn. Họ cũng dạy tôi cách nhận biết và tránh xa các loài thực vật và động vật độc hại.

"Tôi học được điều mới mỗi ngày từ những sinh vật tôi gặp và trò chuyện. Họ nói rằng ngày xưa, ai cũng có thể trò chuyện với động vật – không chỉ mình tôi – nhưng điều gì đó đã thay đổi. Họ cho rằng điều đó xảy ra trong não bộ, nhưng điều gì đã xảy ra với mọi người khác thì không xảy ra với tôi."

"Làm sao họ biết bạn khác biệt?"

"Họ nói họ nghe về tôi khi tôi chào đời và khi tôi trở thành cậu bé trong hộp. Trước khi tôi chào đời, những tin đồn về tôi đã lan truyền khắp thế giới bằng những lời thì thầm. Họ đã chờ đợi tôi, đó là điều họ nói với tôi trong một thời gian dài."

"Bảo lâu?" E-Z hỏi.

"Tôi không muốn nghe có vẻ kiêu ngạo, nhưng họ nói Mozart đã biết về tôi – ông ấy có một con chim sẻ làm vật nuôi và sống vào thế kỷ 17. Đó là thời gian gần đây. Trước ông ấy, có thể truy về Virgil vào năm 70 TCN. Anh có biết ông ấy có một con ruồi làm vật nuôi không?"

"Thật sao? Một con ruồi – làm vật nuôi?"

"Tôi đã nói chuyện với một con ruồi bụi có quan hệ họ hàng với Virgil – tên nó là Leonard, hay Leo cho ngắn gọn, và nó đã xác nhận mọi thứ." Lachie nhặt một cái nồi, giấu nó vào bụi rậm cùng với một số thứ khác. "Tôi cũng đã trò chuyện với họ hàng của con vẹt của Andrew Jackson. Con chim của Jackson tên là Pol – đó là món quà cho vợ ông – và nó là con đực, nhưng vì họ hàng của nó là con cái nên tên nó là Polly. Nó có một sense of humour kỳ lạ!"

"Nghe có vẻ thú vị. À, tôi hy vọng chúng ta có thể trò chuyện thêm, nhưng tôi cần hỏi bạn về những khả năng đặc biệt của bạn – và chúng ta nên lên đường sớm, nếu bạn đã cất giữ mọi thứ an toàn."

Lachie gật đầu, "Được thôi. Gần xong rồi. Chỉ cần cố định thêm vài thứ nữa. Trong lúc chờ, sao anh không kể cho tôi nghe về bản thân mình trước?"

"À, anh đã thấy tôi và chiếc ghế của tôi hành động rồi – đúng vậy, chúng tôi có thể bay. Chiếc ghế của tôi có sức mạnh đặc biệt, ngoài việc bay, nó còn có thể bắt tội phạm và có sở thích uống máu. Chúng tôi là một cặp, chiếc ghế và tôi, giống như Batman và chiếc Batmobile của anh ấy."

"Hay quá!" Lachie nói. "Nhưng chuyện máu me đó hơi kỳ lạ."

"Không lãng phí, không thiếu thốn, không biết ai nói nhưng chiếc ghế của tôi dường như đồng ý. Thay vì để máu chảy xuống đất, nó hút hết vào mình.

"Lần cứu hộ đầu tiên của chúng tôi là một cô bé – chúng tôi đã cứu cô ấy khỏi bị xe tông. Rồi chúng tôi cứu một máy bay đầy hành khách. Tôi không muốn khoe khoang và chắc bạn đã hiểu ý. Qua việc giúp đỡ người khác, tôi phát hiện ra mình rất mạnh mẽ và ghế của tôi cũng vậy. À, và chúng tôi đã được bọc chống đạn."

"Ý anh là người ta đã bắn vào anh?"

"Đúng vậy, chúng tôi đã gặp vài tình huống liên quan đến súng. Bây giờ đến lượt bạn."

Sức mạnh tuyệt vời nhất của tôi, như bạn đã thấy – tôi có thể trò chuyện với bất kỳ sinh vật nào, bất kỳ ai. Thực ra, hôm qua khi bạn nghĩ mình đang nói chuyện với Baby, thì đúng là bạn đang nói chuyện với cô ấy, nhưng nếu tôi không ở đây, cô ấy sẽ nói linh tinh. Cô ấy giao tiếp với bạn qua tôi. Tôi như một mạng lưới, một mạng lưới an toàn. Tôi có thể tắt hoặc mở nó tùy theo quyết định của mình.

"Khi tôi ở trong cái lồng đó, động vật thường ngồi bên ngoài và trò chuyện. Đôi khi tôi nghĩ chúng đang giao tiếp với tôi, nhưng rồi tôi nghĩ có lẽ mình đang điên. Một lần, một con gián bay vào qua song sắt lồng và nói nó có thể giúp tôi thoát ra nếu tôi muốn."

"Ôi ghê, tôi ghét gián. Chưa từng nghe nói có gián biết bay."

"Chúng thực ra khá thông minh và có bản năng sinh tồn tuyệt vời – tôi muốn nói là chúng sẽ ăn bất cứ thứ gì."

"Thật tiếc là chúng không ăn những người đã nhốt anh vào cái hộp đó." E-Z suy nghĩ một lúc. 'Tại sao anh không để nó thử cứu anh? Tôi muốn nói là anh chẳng có gì để mất."

"Câu nói cũ là gì nhỉ, 'thà quen quỷ mình biết'?"

"Tôi hiểu, vậy anh không sợ những người đã bắt giữ anh sao?"

"Đó không thực sự là một cái hộp – đó là một cái lồng. Nhưng nghe gọi là hộp thì hay hơn. Hơn nữa, họ không bao giờ làm hại tôi. Họ cho tôi ăn uống đầy đủ. Thay báo cho tôi. Và tôi chưa bao giờ thực sự thấy mặt họ vì họ đeo mặt nạ."

"Tôi không hiểu, tại sao họ lại giữ anh ở đó ngay từ đầu?"

"Điều đó tôi nghĩ mình sẽ không bao giờ biết. Và tôi không ở lại để tìm câu trả lời sau khi họ thả tôi ra."

"Điều đó diễn ra như thế nào?"

"Họ sắp xếp một phòng cho tôi trong cùng ngôi nhà. Gửi một người phụ nữ tốt bụng đến chăm sóc tôi. Tôi không bao giờ ra khỏi nhà. Nó quá đáng sợ đối với tôi."

"Anh có thể nói chuyện không? Ý tôi là, nếu anh bị nhốt trong lồng suốt đời, thì anh có nhớ gì về quá khứ không? Về cha mẹ anh?"

"Tôi không thích nói về điều đó. Quá khứ đã qua. Tôi không thể thay đổi nó. Tôi luôn nhìn về phía trước. Nhưng tôi không sinh ra trong lồng. Thỉnh thoảng tôi nghĩ mình nhớ đã đi học. Nhưng có thể đó chỉ là giấc mơ. Có những ngày khó phân biệt được hai thứ đó."

E-Z tự nhủ phải gọi cho chú Sam.

"Vậy, anh đã đến đây như thế nào, sống cùng động vật và hoàn toàn tự lập? Tôi đoán anh không nhớ nhung con người?"

"Bạn không thể nhớ nhung những gì bạn không nhớ. Về phần động vật, tôi không chọn chúng, chúng chọn tôi. Chúng đến nhà, như thể chúng biết tôi không còn trong lồng nữa và chờ tôi ra ngoài. Chúng đã biết tôi có thể nói chuyện với chúng, hiểu chúng – nhưng tôi không biết mình có thể, cho đến khi tôi thử. Rồi một thế giới mới mở ra trước mắt tôi và tôi phải trở thành một phần của nó. Tôi không còn cô đơn nữa. Đó là lúc họ đề nghị đưa tôi đi và giữ tôi an toàn. Bây giờ bạn đã biết hết câu chuyện của Lachie."

"Đó là một câu chuyện tuyệt vời. Vậy, nói chuyện với động vật. Bạn còn phát hiện ra điều gì khác không?"

"À, có. Nhưng nó còn khá mới."

"Hãy kể cho tôi nghe."

"Tốt hơn là tôi nên cho bạn xem."

"Được," E-Z nói.

Anh ta nhìn Lachie đứng dậy và bước về phía một cây bạch đàn gần đó. Anh ta vẫn đứng bên cây trong giây lát, rồi bước tới đứng trước thân cây dày và sần sùi. Rồi anh ta biến mất.

"Cái gì vậy?"

Lachie di chuyển sang phía bên kia cây, rồi quay lại dựa vào thân cây.

"À, vậy là anh vô hình sao?"

"Không, nhìn kỹ hơn đi." Anh ta bước ra khỏi cây. 'Hãy nhìn vào mắt tôi."

E-Z làm theo và thấy đôi mắt của Lachie trong thân cây, nhưng không thấy Lachie. 'Chờ đã," E-Z nói. "Tôi hiểu rồi. Đó là ngụy trang – anh là một con thằn lằn đổi màu. Wow!"

Lachie cười, rồi quay lại chỗ ngồi.

"Anh phát hiện ra điều đó như thế nào? Đó là một khả năng thật tuyệt vời. Anh có thể hòa mình vào bất kỳ đâu mà không ai phát hiện ra!"

"Sau khi sống cùng các sinh vật một thời gian – không thấy con người nào – một ngày nọ, một nhóm người leo núi đi qua đây. Tôi chạy đến trèo lên cây để trốn nhưng không kịp – nên tôi chỉ dừng lại dựa vào thân cây và đứng im. Họ đi qua tôi như thể tôi không tồn tại. Tôi không thể hiểu được. Một con chim đậu lên vai tôi và một con rắn bò lên chân tôi. Chúng có thể thấy tôi, nhưng con người thì không. Đó là lúc tôi biết mình là một con tắc kè hoa."

"Cảm giác thế nào? Ý tôi là khi cậu vào chế độ ngụy trang?"

"Nó không khác gì bình thường. Nó chỉ xảy ra thôi."

"Hay đấy. Vậy cậu có muốn biết về phần còn lại của đội và những kỹ năng họ mang lại không?"

Lachie gật đầu.

"Cậu sẽ thích Lia. Cô ấy có thị lực. Mắt cô ấy ở trên tay và cô ấy có thể nhìn thấy hiện tại, vào tâm trí của một số người và đôi khi có thể nhìn thấy tương lai, những gì sắp xảy ra. Phần sức mạnh đó của cô ấy dường như đang tăng lên. Tất nhiên, còn có yếu tố tuổi tác nữa. Khi chúng ta lần đầu gặp nhau, cô ấy mới bảy tuổi và bây giờ đã mười hai."

"Thật tuyệt vời," Lachie nói. "Và tôi nghe nói mẹ cô ấy và chú Sam của anh..."

"Chúng ta đi được không? Chỉ nghe thấy tên Sam thôi là tôi lại thấy lo lắng."

"Không sao đâu," Lachie nói. Anh huýt sáo và Baby xuất hiện, họ bay đến thị trấn gần nhất. Lachie mua vài thứ, E-Z cắm điện thoại vào sạc và khi sạc đủ, anh lập tức gọi số của Sam.

Không có ai trả lời, thay vào đó cuộc gọi chuyển thẳng đến hộp thư thoại của Sam. Anh thử gọi điện thoại của Samantha và cô ấy trả lời ngay lập tức. "Xin chào, đây là E-Z, chú Sam có ở đó không?"

"Được rồi E-Z, đợi một lát." Một vài tiếng thì thầm. "Chào con, bé yêu," Sam nói. "Con đang ở đâu, đã bay qua biển chưa?"

"À, chỉ kiểm tra xem mọi thứ có ổn không," E-Z nói. 'Nếu có, hãy nói từ mật mã."

"Sponge Bob Square Pants,' Sam nói.

"Ôi, may quá," E-Z nói. "Tôi vừa mơ thấy The Furies bắt chú."

"À, chúng tôi có vài người bạn đến chơi và đang chuẩn bị ngồi xuống nhúng đồ vào nồi fondue. Có sô-cô-la với trái cây, phô mai và rau củ, phô mai với bánh mì và thịt. Đa dạng lắm và chúng tôi có vài loại rượu. Hai đứa trẻ đã đi ngủ rồi."

"Ừm, nghe có vẻ..."

"Phải đi đây E-Z, gặp lại sau. Cẩn thận nhé."

"Chú tôi ổn, và họ đang ăn fondue – nghe có vẻ như một bữa tiệc nhỏ."

"Fondue là gì?" Lachie hỏi.

"Đó là một nồi để đun chảy thức ăn, sau đó nhúng các thứ khác vào. Như nhúng dâu tây vào sô-cô-la và miếng bánh mì vào phô mai. Và cậu nói đúng, họ đã kết hôn và mới có cặp song sinh, nên nhà họ khá đông đúc và ồn ào."

"Ôi, nghe ngon quá," Lachie nói.

Với điện thoại của E-Z đã sạc đầy, đồ đạc của Lachie được cất gọn gàng trên lưng Baby, cặp đôi cất cánh rời Australia. Họ trò chuyện trong suốt chuyến bay. Sau nhiều giờ không thấy gì thú vị, và bụng đã réo lên, họ chuẩn bị hạ cánh để ăn uống và nghỉ ngơi.

"Chúng ta phải hạ cánh sớm để ăn trưa thôi – hơn nữa, tôi đã đói meo rồi! Và chúc mừng nhé!"

"Cảm ơn! Chúng ta có thể ghé qua Hawaii để ăn burger phô mai và khoai tây chiên," E-Z đề nghị.

"Tôi không biết người Hawaii chuyên về burger và khoai tây chiên."

"Họ là một phần của Hoa Kỳ, nên burger phô mai và khoai tây chiên – chưa kể đến sữa lắc dày là những món truyền thống tuyệt vời cho bạn thử, và tôi đảm bảo bạn sẽ thích chúng."

"Tôi không ăn thịt. Bò cũng là động vật."

"Họ có món chay, vẫn là burger phô mai và bạn sẽ thích nó. À, bạn không có vấn đề gì với việc uống sữa bò, đúng không?"

"Không, tôi không."

"Được rồi, ghế và Baby – chúng ta đi đến quán cheeseburger gần nhất có bán burger chay," E-Z đề nghị, khi dạ dày của anh ta bắt đầu sôi sục.

"Tiến lên!" Lachlan hét lên khi Baby tìm kiếm một nơi thích hợp để hạ cánh.

5
BRANDY

Lia và người bạn đồng hành kỳ lân của cô, Little Dorrit, đang bay lượn giữa những đám mây.

Lia rất ấn tượng với những động tác uyển chuyển nhưng nhanh nhẹn của người bạn đồng hành biết bay. Cùng nhau, họ sáng tạo ra một trò chơi gọi là "Nhảy qua đám mây". Tùy thuộc vào loại đám mây, họ sẽ nhảy qua, nhảy dưới hoặc bay xuyên qua nó. Bay xuyên qua đám mây là phần thú vị nhất.

"Em thích khi chúng ta ở bên trong đám mây," Lia nói. 'Em đưa tay ra chạm vào nó, nhưng không có gì ở đó."

"Trông như trung tâm thương mại bên dưới là nơi chúng ta đang đến,' Little Dorrit nói trước khi thực hiện một cú nhảy ba lần, nhảy qua, rồi dưới, rồi xuyên qua cùng một đám mây.

"Weeeeeee!" Lia reo lên.

"Cảm ơn, cảm ơn," con kỳ lân nói, khi nó chỉ xuống dưới.

"Mua sắm à?" Lia nói, nhìn xung quanh. Đó là một trung tâm thương mại lớn, dài gần một khối nhà. 'Hy vọng mình không cần nhiều tiền, nhưng mẹ đã cho mình thẻ tín dụng phòng khi cần."

"Brandy đang đứng ở lối đi của cửa hàng tạp hóa, đang chất đầy giỏ hàng để giết thời gian. Chúng ta nên nhanh lên, nếu không mẹ cô ấy sẽ tìm cô ấy sớm,' con kỳ lân nói.

"Thật tuyệt vời, cậu có thể xác định vị trí của cô ấy như vậy. Tớ không thể chờ để gặp cô ấy và tìm hiểu thêm về sức mạnh của cô ấy," Lia nói, ôm chặt cổ Little Dorrit để chuẩn bị hạ cánh. "Tớ luôn muốn có một người chị gái, nên đây có thể là cơ hội duy nhất của tớ."

"Hãy huýt sáo khi cần tôi," Little Dorrit nói khi Lia xuống ngựa, "và tôi sẽ gặp cậu ngay tại đây."

Lia bước vào trung tâm thương mại qua cánh cửa xoay. Ngay lập tức, cô thấy một cô gái mà cô hy vọng là Brandy đang đẩy xe đẩy trong cửa hàng tạp hóa. Dựa trên mô tả của Rosalie, chắc chắn đó là cô ấy.

Cô gái ăn mặc casual, mặc một chiếc áo hoodie xám. Áo được kéo khóa một phần, nhưng đủ rộng để lộ ra chiếc áo thun đỏ in chữ "I Love Music" bên trong. Quần jean đen của cô có những hình nốt nhạc dán trên túi. Giày vải của cô cũng có màu đỏ để ton sur ton với áo thun.

Lia quan sát cô gái trong vài giây trước khi bước về phía cô. Cô cảm thấy hơi e dè. Như thể đang gặp một ngôi sao. Trong tâm trí, Brandy toát lên phong cách và sự cool ngầu.

Khi Lia đến gần hơn, cô tưởng tượng họ sẽ trở thành bạn thân trong tương lai gần. Họ sẽ cùng nhau đến trung tâm thương mại. Cùng nhau mua sắm quần áo. Có thể Brandy sẽ giúp cô chọn một số bộ quần áo phong cách Mỹ.

"Cậu đang nhìn gì vậy, nhóc?" Brandy hỏi với giọng không thân thiện hay thân thiết. Rồi cô ta vung tay hất tay Lia ra.

"Đó là hành động rất vô lễ," Lia kêu lên. "Không ai dạy cậu cách cư xử sao?" Cô quay lưng lại với cô gái cool ngầu. Cô nín thở, đếm đến mười, rồi quay lại đối mặt với cô ta. "Rosalie sẽ xấu hổ vì cậu đấy."

"Cậu biết Rosalie à?"

"Vâng, tớ là Lia, và tớ không thể nhìn cậu mà không có mắt, vì mắt tớ đang ở trong tay." Lia giơ hai tay lên cao.

"Wow!" Brandy kêu lên. "Tớ tưởng tớ là người kỳ lạ, nhưng cậu, à, ý tớ là Lia, cậu mới là người kỳ lạ nhất." Cô nhét tay vào túi quần. "Nhưng bạn của Rosalie là bạn của tớ."

"Ừm, cảm ơn," Lia nói. 'Chúng ta có thể đi đâu để nói chuyện?"

"Tôi không biết chúng ta có gì chung – ngoài Rosalie,' cô thiếu nữ nói khi đẩy xe đẩy tiếp tục, để Lia lại phía sau.

Lia cố gắng kìm nén tiếng nấc, nhưng vẫn nói được: "Chúng ta cần sự giúp đỡ của cậu vì Rosalie đã chết."

Brandy dừng lại, hít một hơi thật sâu khi một giọt nước mắt lăn xuống má cô, cô quay đi và lau đi. "Theo tôi, cô bé." Cô bỏ lại xe đẩy cùng tất cả đồ đạc trong đó, và họ đi đến một quầy bên trong trung tâm thương mại, ngồi xuống.

"Tôi muốn một ly nước," Lia nói. "Không đá nhé."

"Thôi nào, bé con, hãy sống mạo hiểm một chút. Cô ấy sẽ uống Root Beer Float – và làm hai ly." Sau khi nhân viên phục vụ rời đi, "Cô sẽ thích nó, đừng lo. Bây giờ, hãy kể cho tôi nghe thêm về lý do tại sao cô ở đây và chuyện gì đã xảy ra với bà Rosalie đáng yêu đó."

"Đầu tiên, Rosalie đã nói gì với cô về tôi, về chúng tôi?"

"Không gì cả. Tôi biết cô ấy là ai, và tôi biết cô ấy đang bảo vệ tôi. Lúc đầu tôi nghĩ cô ấy là một thiên thần vì cô ấy có thể nói chuyện với tôi trong đầu, giống như khi tôi cầu nguyện khi còn nhỏ. Rồi tôi nhận ra cô ấy là một người thật, giống như tôi, và bây giờ cô ấy đã chết. Tôi muốn giúp bắt những kẻ đã giết cô ấy – nếu đó là lý do anh ở đây, thì tôi sẽ tham gia. Thật kỳ lạ, bây giờ tôi nghĩ cô ấy là một thiên thần, vẫn đang bảo vệ tôi."

"Tôi cũng vậy," Lia nói. 'Đúng vậy."

"Vậy, chuyện đó xảy ra như thế nào?' Brandy hỏi. "Nếu không phải là một chủ đề nhạy cảm để hỏi. Tôi luôn thấy tốt nhất là nói về những điều kỳ lạ làm nên con người chúng ta. Nếu tôi có những điều kỳ lạ của riêng mình, tin tôi đi. Ai cũng có.

"Mẹ tôi sẽ mắng tôi vì đã hỏi bạn một câu hỏi cá nhân như vậy. Nhưng tôi thích đi thẳng vào vấn đề. Bạn đã luôn có mắt trên tay chưa? Tôi nghĩ bạn sẽ bị các nhà báo và nhiếp ảnh gia đuổi theo, mọi người muốn nói chuyện với bạn, nghe và kể lại câu chuyện của bạn để bán tạp chí và báo chí."

"Oh, "Lia nói, "hầu hết mọi người quan tâm đến các nhân vật hư cấu nổi tiếng như Harry Potter hơn là những người thật. Nếu Harry Potter thật sự tồn tại, mọi người sẽ tránh xa anh ta hoặc trêu chọc anh ta. Nhưng trong thế giới của anh ta, anh ta là anh hùng, nên vết sẹo của anh ta trở thành một phần của câu chuyện. Điều đó khiến anh ta trở nên con người hơn trong mắt chúng ta, nên chúng ta có thể đồng cảm với anh ta. Nhưng không đứa trẻ nào muốn nổi bật vì trong thế giới này, sự khác biệt không phải lúc nào cũng được đánh giá cao.

"Thật thú vị, chúng ta có thể đồng cảm và thấu hiểu những nhân vật hư cấu nhưng lại không nhận ra những anh hùng thật sự trong cuộc sống hàng ngày của mình."

"Ôi trời," Brandy nói, 'bạn thật là nhàm chán, phải không? Nói chuyện với bạn như nói với một đứa trẻ hai mươi tuổi."

"Xin lỗi,' Lia nói. "Tôi đã trải qua từ bảy đến mười hai tuổi trong một thời gian ngắn. Tôi không có thời gian để thích nghi."

"Không sao," Brandy nói. "Và tôi đồng ý với cậu về nguyên tắc, nhưng kể từ khi truyền hình thực tế xuất hiện, chúng ta quan tâm đến cuộc sống của những người bình thường. Đó là, những người bình thường nhưng giàu có như gia đình Kardashian. Tôi không xem, nhưng hàng triệu người khác thì có."

Đồ uống của họ được mang ra. Brandy ăn quả anh đào trên đỉnh ly của mình trước, rồi hỏi Lia có muốn của cô không. Khi Lia nói không, Brandy nhấc nó ra và cho thẳng vào miệng. "Uống thử đi. Nếu thử, cậu sẽ thích đấy."

Lia uống một ngụm lớn qua ống hút và khuôn mặt cô sáng bừng. 'Ngon thật!' Rồi cô khuấy kem bằng ống hút trong khi suy nghĩ xem nên nói gì tiếp theo.

"Với tôi, tôi sinh ra với đôi mắt bình thường. Nhưng một tai nạn đã làm tôi mù, và khi tỉnh dậy, tôi có đôi mắt này và cũng có thứ mà người ta gọi là 'thị lực'. Tôi có thể nhìn thấy suy nghĩ của người khác, đó là cách Rosalie và tôi bắt đầu trò chuyện. Thời gian đối với tôi không giống như với mọi người, nhưng tôi không bỏ lỡ bất kỳ năm nào trong một thời gian dài. Ngoài ra, theo thời gian, đôi khi tôi có thể thấy những gì sẽ xảy ra với mình và người khác, bạn biết đấy, trong tương lai."

"Bạn có biết Rosalie sẽ chết trước khi điều đó xảy ra không?"

"Không, tôi không biết. Nó đến rồi đi. Đôi khi nó không hoạt động chút nào. Nó không hoàn toàn đáng tin cậy. À mà, tôi không thể đọc suy nghĩ của bạn đâu, nếu bạn đang thắc mắc."

"Tốt. Biết bạn có thể đọc suy nghĩ của tôi sẽ rất đáng sợ," Brandy nói, uống một ngụm lớn khiến đáy bình va vào thành và phát ra tiếng 'đó là tất cả mọi người'. 'Tôi muốn uống thêm một ly nữa, nhưng tôi sẽ không làm vậy,' cô nói. "Tốt nhất là nên tiết chế, vì nếu chúng ta luôn tự thưởng cho mình những thứ – những thứ chúng ta nghĩ mình thực sự muốn – thì chúng ta sẽ không còn trân trọng chúng nữa."

"Rất khôn ngoan," Lia nói. 'Em có thể lấy phần còn lại của chị nếu muốn."

"Thật phí nếu để nó lãng phí."

Hai cô gái im lặng một lúc cho đến khi điện thoại của Brandy rung lên. 'Mẹ em sắp đến đây để tham gia cùng chúng ta."

"Làm sao bà ấy biết chúng ta ở đâu?"

"Ok, bà ấy có cách của mình, tức là có thiết bị theo dõi trên điện thoại của em."

"Và bạn không phiền sao?"

"Không. Tôi đã biến mất vài lần, nhưng luôn quay lại trung tâm thương mại. Hầu hết thời gian khi tôi đi, bà ấy không biết. Cho đến khi tôi gọi và bảo bà đến đón tôi ở đây. Đó thường là manh mối đầu tiên của bà, tin nhắn hoặc cuộc gọi của tôi. Ứng dụng đó giúp bà không phải lo lắng về tôi. Tôi đoán là không dễ dàng khi có một cô con gái có thể chết và sống lại."

Mẹ của Brandy đến và mọi người chào hỏi nhau. Họ kể cho cô nghe về Rosalie và Lia, và cập nhật cho cô về những gì họ đã thảo luận cho đến nay.

"Hai cô gái định làm gì vậy?" cô hỏi. 'Trông hai cô có vẻ như đang lên kế hoạch gì đó."

"Chỉ là đường thừa thôi,' Brandy nói, cười tươi. "Lia đang định kể cho tôi nghe họ cần tôi làm gì."

"Vậy, con đã giải thích về tình huống lặp lại của mình chưa?"

"Chỉ sơ qua. Con chưa kịp kể cho mẹ, cô ấy mới chỉ kể cho con về vụ tai nạn và lý do tại sao mắt cô ấy luôn nhìn vào tay mình."

Người phục vụ đến và mẹ Brandy gọi một tách cà phê. Cô ấy quay lại ngay với một tách, đổ đầy. "Đổ thêm miễn phí," người phục vụ nói. "Khi tách hết, chỉ cần giơ lên, tôi sẽ đến đổ thêm ngay."

"Cảm ơn," mẹ Brandy nói.

"Con muốn nghe về chuyện đó," Lia nói, vuốt tóc ra sau tai. Cô thích cách Brandy và mẹ cô tương tác với nhau. Họ rất thân thiết; có thể nhận ra điều đó qua cách họ liên tục chạm vào nhau. Sự thân thiết của họ khiến cô nhớ lại những lần mẹ cô phải làm việc ban đêm và cuối tuần, và cô phải dựa vào Hannah, người trông trẻ, cho mọi thứ. Bây giờ mọi thứ đã khác, khi họ ở đây và mẹ cô đã kết hôn với Sam, nhưng những đứa trẻ mới sinh dường như chiếm hết thời gian của mẹ cô.

Brandy buột miệng: "Lần đầu tiên tôi chết, tôi còn nhỏ. Đó là ở chính trung tâm thương mại này. Một phút trước tôi đã chết, phút sau tôi lại sống lại. Như tôi đã kể với bạn trước đây, tôi luôn quay lại đây. Đó là lý do tôi yêu trung tâm thương mại này đến vậy."

"Thật thú vị," Lia nói.

"Tôi thực sự yêu mua sắm!"

"Đúng vậy!" Mẹ Brandy nói khi con gái gọi nhân viên phục vụ lại và yêu cầu một ly nước đá.

"Thêm hai ly nước," Lia nói.

Vì đã ở đó, nhân viên phục vụ đổ thêm cà phê vào tách của mẹ Brandy.

Lia cảm thấy đây là lúc phải nói ra – cô phải đi thẳng vào vấn đề. Đã muộn rồi và Little Dorrit đang chờ.

"E-Z, người lãnh đạo của chúng ta ngồi xe lăn và có thể cứu người, thậm chí cả máy bay đầy hành khách. Anh ta có sức mạnh và tốc độ siêu phàm, và cả anh ta lẫn chiếc xe lăn đều có cánh.

"Alfred là một con thiên nga trumpeter, anh ta có khả năng ESP, và có thể hồi sinh con người và sinh vật. Ngoài bạn ra, chúng ta sẽ thêm hai đứa trẻ nữa vào nhóm, cộng với Charles – anh họ của E-Z – vậy là tổng cộng bảy người."

"À, con số may mắn bảy," mẹ Brandy nói.

Lia tiếp tục, "Sau khi nghe hết mọi chuyện, nếu bạn đồng ý giúp chúng tôi chiến đấu với The Furies, cuộc sống của bạn sẽ gặp nguy hiểm. Chúng là ba chị em ác quỷ – những nữ thần – đã giết Rosalie."

"Ác quỷ à? Giết Rosalie là hành động hèn nhát! Cô ấy chưa từng làm hại một con ruồi!" Brandy nói.

"Thông tin này có công khai không?" Mẹ Brandy hỏi. "Nghe có vẻ như chuyện trong truyện."

"Tại sao họ lại làm vậy?" Brandy hỏi. 'Họ được gì khi giết một bà lão hiền lành như Rosalie?"

"Họ đang lợi dụng trẻ con. Giết trẻ con,' Lia nói.

Cả Brandy và mẹ cô đều ngừng uống.

"Điều này khó giải thích nhưng tôi sẽ cố gắng. Khi chúng ta chết, linh hồn của chúng ta sẽ đến với những

Người bắt hồn đang chờ đợi – nơi an nghỉ vĩnh hằng của chúng ta. Mỗi người trong chúng ta đều có một Người bắt hồn riêng – vì vậy chúng ta không bao giờ chết. Linh hồn của chúng ta tiếp tục tồn tại. Đó không phải là thiên đường mà chúng ta tưởng tượng, nhưng nó là thật, và những Furies đang giết những đứa trẻ vô tội – và đưa linh hồn của chúng vào những Người bắt hồn thuộc về người khác.

"Thực ra, khi Rosalie chết, linh hồn cô ấy không có nơi nào để đi. May mắn thay, hai người bạn của chúng ta, Hadz và Reiki – họ là những thiên thần tương lai – đã bắt được linh hồn của Rosalie. Họ đang giữ nó an toàn cho đến khi chúng ta tiêu diệt The Furies và đưa mọi thứ trở lại trật tự với tất cả các Soul Catchers. Khi chúng ta tiêu diệt họ, các thiên thần trưởng sẽ tiếp quản và sửa chữa mọi thứ họ đã gây ra. Mọi thứ sẽ trở lại bình thường."

"Tôi nghĩ các thiên thần trưởng là kẻ xấu," Brandy nói. 'Làm sao chúng ta biết có thể tin tưởng họ? Và tại sao chúng ta muốn giúp họ?"

"Đó là một yêu cầu rất lớn đối với các con,' mẹ Brandy nói.

"Đó là một câu chuyện rất dài. Chúng ta có thể kể cho các con nghe sau. Nhưng bây giờ, chúng ta cần quay trở lại trụ sở. Đó là nhà của chúng ta. Khi tất cả chúng ta ở dưới cùng một mái nhà, chúng ta có thể giải thích mọi thứ và lập kế hoạch."

"Tôi đồng ý," Brandy nói. 'Bạn đã có tôi khi bạn nói họ đã giết Rosalie, nhưng bây giờ tôi biết họ cũng đã giết những đứa trẻ vô tội, vậy hãy để tôi đối mặt với họ.' Cô giơ ly nước của mình và cụng ly với Lia.

"Chờ đã," mẹ Brandy nói, 'nếu các thiên thần trưởng còn không đánh bại được thứ này, thì làm sao họ có thể mong các con..."

"Mẹ,' Brandy vỗ nhẹ tay mẹ. "Con không giống những đứa trẻ khác. Nghe có vẻ như chúng ta là một đám người kỳ quặc với những khả năng đặc biệt, và con sẽ hòa nhập ngay. Không có gì ngạc nhiên khi các thiên thần trưởng nhờ chúng ta giúp đỡ.

"Rosalie đã tập hợp chúng ta lại để thành một đội. Nếu cô ấy ở đây, cô ấy sẽ ở cùng chúng ta trong đội. Bây giờ cô ấy đang ở bên chúng ta bằng tinh thần. Cùng nhau, chúng ta sẽ là một lực lượng đáng gờm.

"Hơn nữa, chúng ta phải đảm bảo Rosalie có được nơi an nghỉ vĩnh hằng của mình. Mọi thứ đều có lý do của nó, phải không? Mẹ luôn là người nói với con điều đó mà?"

"Vậy, tiếp theo sẽ xảy ra gì?" mẹ cô hỏi.

"Chúng ta cần ở bên nhau và nhà của E-Z đủ rộng cho tất cả chúng ta. Những người khác và Charles Dickens – một câu chuyện dài – sẽ gặp chúng ta ở đó."

"Không phải Charles Dickens nổi tiếng đó sao?"

"Chính là ông ấy, nhưng ông ấy mới mười tuổi. Ông ấy đến và được hai nhà thám hiểm phát hiện ở London, Anh. Ông ấy được gửi trở lại Trái Đất vì một lý do. Ngoài ra, ông ấy và E-Z là anh em họ. "Anh ấy là một trong số chúng ta. Cùng nhau, chúng ta sẽ đánh bại những cô em gái đó và đưa thế giới trở lại trật tự."

"Đi thôi!" Brandy nói. "Mẹ để ba lô của con trong xe, và nó có tất cả những thứ cần thiết. Con luôn mang theo một túi đồ dự phòng. Nó đã rất hữu ích nhiều lần. Nhà có máy giặt và máy sấy không? À, và máy sấy tóc?"

"Có, có và có," Lia nói, rồi cô huýt sáo.

Brandy và mẹ cô bịt tai lại. 'Cái gì vậy?"

"Ra ngoài đi, tôi sẽ giới thiệu bạn với bạn tôi Little Dorrit – cô ấy là một con kỳ lân – và bạn có thể lấy balo của mình cùng lúc.' Họ bước ra cửa và cô chỉ lên trời, nơi con kỳ lân đang hạ cánh.

"Chờ đã," Brandy nói, 'Chúng ta sẽ cưỡi kỳ lân đi khắp đất nước sao?"

Mẹ Brandy nhíu mày. Bà cảm thấy choáng váng và hai chân run rẩy như mì spaghetti luộc quá chín.

"Lại đây sờ thử đi,' Lia nói. 'Little Dorrit, đây là Brandy và mẹ cô bé."

"Lông cô ấy mềm mại và đẹp quá,' mẹ Brandy nói.

"Các bạn có muốn đi xe đến chỗ xe của mình không?" Little Dorrit hỏi.

"Không, cảm ơn," mẹ Brandy nói. Rồi quay sang con gái, "Tôi không biết phải giải thích thế nào với bố con. Có lẽ các con nên về nhà với tôi, chúng ta sẽ giải thích và quyết định xem con có thể đi không...'

"Con phải đi," Brandy nói. 'Đó là số phận của con.' Cô ôm chặt mẹ.

"Nếu con nói chuyện với mẹ tớ có giúp được không?" Lia hỏi, và không chờ câu trả lời, cô nhanh chóng gọi điện cho mẹ mình, giải thích tình huống rồi đưa điện thoại cho mẹ Brandy, người trò chuyện với Samantha rồi trả lại điện thoại.

Chẳng mấy chốc, ba người họ đang bay lượn quanh bãi đỗ xe, tìm kiếm chiếc xe với những người dưới đất bấm còi, chụp ảnh bằng điện thoại và va chạm vào nhau bằng xe và xe đẩy.

"Đó là nó," mẹ Brandy nói.

Little Dorrit hạ cánh và trượt ra. "Đợi ở đây, tôi sẽ lấy túi của con gái tôi."

Cô quay lại, ném túi lên cho Brandy. "Cảm ơn đã đưa đi," cô nói với Little Dorrit. Với Brandy, cô nói: "Brandy, gọi về nhà. Hàng ngày. Như E.T." Cô thổi một nụ hôn. Rồi với Lia: "Rất vui được gặp bạn."

"Bạn cũng vậy," Lia nói, khi Little Dorrit cất cánh. "Đừng lo, chúng tôi sẽ giữ con gái bạn an toàn."

Mẹ Brandy nhìn theo họ bay đi, cho đến khi không còn thấy gì nữa. Lúc đó, những người tò mò đã tìm được thứ khác để xem, nên bà lên xe và bắt đầu về nhà.

Bà chọn đường về nhà dài hơn. Bà cần suy nghĩ xem sẽ giải thích mọi chuyện thế nào với bố Brandy.

6
HARUTO

Alfred đợi ở phía trước quán cà phê cho đến khi chủ quán, người đang chờ một khách hàng mới, xuất hiện. Bà của Haruto đã quên không nhắc rằng khách hàng đó là một con thiên nga trumpeter. Khi chủ quán thấy Alfred, ông đưa anh ta đến một bàn ở phía sau cùng.

Alfred không phiền khi bị đưa ra chỗ vắng. Thực ra, anh thích điều đó vì có biển báo cấm mang thú cưng – dù thiên nga không được coi là thú cưng ở Nhật Bản hay bất kỳ nơi nào khác trên thế giới mà anh biết.

Trong khi ngồi im lặng chờ cha Haruto đến, anh sử dụng Wi-Fi miễn phí của quán và phát hiện ra nhiều điều thú vị về văn hóa quán cà phê của Nhật Bản. Giống như ở Yokohama, có những quán cà phê dành cho người yêu mèo và một quán để kỷ niệm loài nhím.

Mười lăm phút sau, một người đàn ông bước vào quán cà phê. Alfred nhận ra ngay đó là cha của Haruto, vì ông ta nhanh chóng tiến về phía bàn của anh.

"Naze watashitachiha daidokoro no chikaku ni iru nodesu ka?" anh hỏi chủ quán (có nghĩa là: Tại sao chúng ta lại gần bếp?)

"Kare wa hakuchōdakara!" chủ quán nói trước khi rời khỏi bàn (có nghĩa là: Vì anh ta là một con thiên nga!)

Khi anh ta quay lại vài phút sau với một khay đầy trà bong bóng, chủ quán nói, 'Mōshiwakearimasen' (có nghĩa là: Tôi xin lỗi.)

"Ī nda yo," cha của Haruto nói với nụ cười (có nghĩa là: Không sao đâu.)

Trà của Alfred được phục vụ trong một bát đủ lớn để anh có thể nhúng mỏ vào. Trà của anh là trà đá – may mắn là anh không muốn bỏng lưỡi hoặc phải đợi lâu cho nó nguội.

"Domo arigato gozaimasu," Alfred nói (có nghĩa là: Cảm ơn rất nhiều.)

"Iie," cha của Haruto trả lời (có nghĩa là: Đừng nhắc đến.)

Họ ngồi im lặng, nhìn nhau trong khi nhấp từng ngụm trà trong một lúc.

"Tại sao anh lại ở đây?" Cha Haruto hỏi đột ngột. 'Vợ tôi sợ anh muốn đưa con trai chúng tôi đi, và anh không thể có nó. Đúng vậy, chúng tôi đã tìm thấy nó, nhưng chúng tôi là cha mẹ duy nhất mà nó từng biết."

"Whoa!' Alfred kêu lên. 'Không có gì sẽ xảy ra trừ khi anh muốn. À mà, tiếng Anh của con trai anh rất giỏi,' Alfred nói. "Của anh cũng vậy."

"Nịnh hót không có tác dụng ở đây. Như tôi đã nói, các ông không thể có con trai tôi."

"Nếu Haruto có thể giúp chúng tôi cứu thế giới? Ông vẫn sẽ từ chối sao?"

"Haruto chỉ là một đứa trẻ. Ông là một con thiên nga. Đứa trẻ và thiên nga có thể làm gì mà đàn ông không thể? Ông không thể có nó." Ông khoanh tay.

"Nếu chúng ta không thể cứu thế giới mà không có sự giúp đỡ của nó? Nếu nó muốn giúp chúng ta?"

"Haruto không biết gì về cuộc sống. Nó không thể giúp các ông. Hãy tìm con trai của người khác, một người lớn hơn. Một người sinh ra để cứu thế giới. Không phải một cậu bé. Không phải con trai tôi, Haruto. Không phải hôm nay, ngày mai hay bao giờ."

"Nếu chúng ta để nó quyết định?" Alfred nói. "Sau khi tôi giải thích mọi thứ."

"Hãy nói cho tôi nghe mọi thứ ngay bây giờ. Và tôi sẽ quyết định anh ta nên biết gì. Nhưng trước tiên, hãy để tôi hỏi anh - tại sao anh lại nghĩ một đứa trẻ như con trai tôi có thể giúp anh?"

"Chúng tôi nghĩ, giống như phần còn lại của chúng tôi, anh ta có những khả năng đặc biệt, những khả năng duy nhất. Anh ta không giống những đứa trẻ khác, phải không? Khi Rosalie nhắc đến anh ta, anh ta vẫn còn là một đứa bé. Anh ta có già đi nhanh hơn những đứa trẻ khác không?"

Cha của Haruto lắc đầu. "Khi chúng tôi tìm thấy cậu bé năm năm trước, cậu ấy vẫn là một đứa trẻ sơ sinh. Cậu ấy đã lớn lên, giống như bất kỳ đứa trẻ nào khác."

"À, xin lỗi. Rosalie không có thời gian để cập nhật hoặc hoàn thành ghi chép của cô ấy. Dù sao, anh không muốn con trai mình ở cùng những đứa trẻ có tài năng như cậu ấy sao? Cậu ấy sẽ là một trong số chúng tôi, được chúng tôi chấp nhận. Và chúng tôi sẽ tôn vinh tài năng của cậu ấy và bảo vệ cậu ấy."

"Anh đang ngụ ý rằng tôi không thể bảo vệ con trai mình sao?"

"Không, thưa ông. Tôi không có ý đó. Tôi chỉ muốn nói rằng chúng tôi cần cậu bé và có thể, chỉ có thể, cậu bé cần chúng tôi. Một cậu bé đứng một mình sẽ không bao giờ mạnh mẽ bằng một cậu bé là thành viên của một đội."

"Có thể nó cảm thấy cô đơn. Có thể, nhưng nó còn nhỏ, và nó sẽ vượt qua điều đó." Cha của Haruto im lặng một lúc trước khi hỏi: "Tài năng của anh là gì và kẻ thù của anh là ai?"

"Tôi có khả năng chữa lành cho con người và động vật – chủ yếu là động vật. Tôi có thể đọc suy nghĩ. Lia có thể nhìn thấy tương lai. E-Z cứu sống người. Tôi có thể chữa lành cho người bệnh và đọc suy nghĩ. Chúng tôi thậm chí còn có một trang web Siêu anh hùng, tôi có thể cho ông xem nếu ông muốn tự mình chứng kiến mọi thứ."

"Tôi đã xem trang web của các cậu," cha Haruto nói. "Các cậu được gọi là The Three. Ba người các cậu không đủ mạnh để đối phó với bất kỳ kẻ thù nào sao? Một cậu bé như Haruto có thể giúp gì được? Cậu ấy còn không nhớ đánh răng."

"Tôi hiểu. Tôi cũng từng có một đứa con trai khi còn là con người."

"Anh từng là con người? Chuyện gì đã xảy ra với con trai anh?"

"Họ đã chết, và tôi bị biến thành một con thiên nga. Đó là một câu chuyện dài và phức tạp. Điều quan trọng là, cho đến gần đây chúng tôi không biết có những đứa trẻ khác. Đó là Rosalie. Cô ấy là một phụ nữ tuyệt vời, có khả năng giao tiếp với trẻ em qua tâm trí. Cô ấy đã nói chuyện với Lia, Haruto, Brandy và Lachie. Cô ấy đã tập hợp mọi người lại và phải trả một giá đắt cho điều đó. Những nữ thần Furies đã giết cô ấy vì cô ấy từ chối tiết lộ bất kỳ thông tin nào về những đứa trẻ cho họ. Nếu không có Rosalie, chúng tôi sẽ không biết về sự tồn tại của những đứa trẻ khác và chúng tôi sẽ không ở đây để bảo vệ con trai bạn, hoặc xin sự giúp đỡ của anh ta trong việc đánh bại những nữ thần ác độc đó.

"Tôi được cử đến để nói chuyện với Haruto và giải thích về những gì chúng ta đang đối mặt. Tất nhiên, anh ấy có thể từ chối, bạn có thể từ chối thay anh ấy – nhưng nếu không có anh ấy, chúng ta có thể không thể đánh bại những nữ thần ác độc được gọi là The Furies."

Chủ nhà đề nghị thêm trà. Alfred từ chối, nhưng tay cha của Haruto run rẩy nhẹ khi ông nhấc tách trà vừa được rót đầy và nhấp một ngụm.

"Haruto là đứa trẻ nhỏ nhất sao?"

Alfred gật đầu.

"Hãy kể cho tôi nghe về hai tân binh còn lại."

"Brandy chết và được tái sinh. Lachie có thể nói và được tất cả các sinh vật hiểu."

"Brandy được tái sinh với chính bản thân mình mỗi lần?" Cha Haruto hỏi.

"Đó là hiểu biết của tôi."

"Cô ấy bao nhiêu tuổi?"

"Tôi không chắc chắn, nhưng tôi tin cô ấy là một thiếu niên. Tại sao lại quan trọng?" Alfred hỏi.

"Vì việc tái sinh nhiều lần mà vẫn ở trạng thái con người có nghĩa là Brandy bị kẹt ở giai đoạn Học tập. Do đó, cô ấy sẽ phát triển tốt hơn khi ở cùng những người có trình độ cao hơn. Cô ấy sẽ học hỏi từ họ và có thể, điều đó sẽ giúp cô ấy đạt đến giai đoạn tiếp theo."

Alfred hiểu phần nào, nhưng không nói gì.

"Con trai tôi sẽ không giúp Brandy tiến bộ, vì vậy tôi sẽ không cho phép anh ta tham gia cuộc chiến này. Tôi xin lỗi vì đã làm phiền thời gian của các vị."

"Well, tôi đã đến đây xa như vậy – vậy thì nói chuyện với anh ta, có mặt vợ và mẹ anh ta, sẽ hại gì đâu. Hãy để anh ta quyết định. Hãy để anh ấy quyết định. Nếu điều đó không phù hợp với anh ấy, nếu ông nghĩ anh ấy còn quá trẻ hoặc chưa sẵn sàng – chúng tôi sẽ hiểu – nhưng xin hãy để chúng tôi nói chuyện với anh ấy về điều đó. Hãy xem anh ấy có thể hiểu được bao nhiêu.

Hãy để anh ấy là người nói không – sau đó tôi sẽ lên máy bay và ông sẽ không bao giờ gặp lại tôi nữa."

"Anh là một con thiên nga, và anh bay trên máy bay?" anh ta cười lớn. Những khách hàng khác trong quán cà phê cũng cười theo, dù họ không biết tại sao anh ta lại cười. Họ cười vì tiếng cười của cha Haruto quá lây lan.

"Hãy nói cho tôi biết đội của anh định làm gì và tại sao. Sau đó tôi sẽ quyết định. Nếu anh có thể thuyết phục tôi, thì có lẽ tôi sẽ để anh thử thuyết phục Haruto."

"Khi chúng ta chết, linh hồn rời khỏi cơ thể và đến nơi nghỉ ngơi vĩnh hằng được gọi là Soul Catcher. Tôi biết điều này khác với những gì chúng ta tin, nhưng nó là sự thật. Những Furies đang giết trẻ em – những đứa trẻ đang chơi trò chơi điện tử – và sau đó đưa linh hồn của chúng vào Soul Catcher dành cho những linh hồn khác. Khi những người khác chết, linh hồn của họ không có nơi nào để đi."

Cha Haruto im lặng trong vài giây.

"Nếu con muốn, Haruto sẽ giúp. Con sẽ nói cho con biết tài năng của mình. Con sẽ nói cho con biết những gì con muốn con biết, và con sẽ quyết định."

"Cảm ơn," Alfred nói.

Họ đứng dậy, rời khỏi quán cà phê và đi về nhà Haruto. Khi đến nơi, bữa tối được dọn ra ngay lập tức, và mọi người được thông báo về nhiệm vụ.

"Còn những linh hồn khác thì sao? Nếu họ không có nơi nào để đi?" Haruto hỏi, đặt đũa xuống và nhấp một ngụm nước.

"Điều đó chúng ta không biết chắc chắn," Alfred trả lời. Ông liếc nhìn cha Haruto, người gật đầu. "Nhưng Rosalie. Con có nhớ Rosalie không?"

"Vâng, tôi biết cô ấy, và tôi biết cô ấy đã chết," Haruto nói. Anh ngồi thẳng người, 'Ý anh là linh hồn cô ấy không có nơi nào để về? Làm sao tôi có thể giúp cô ấy về nhà?"

"Tôi vui vì cậu muốn giúp, Haruto,' Alfred nói. "Linh hồn của Rosalie đang được hai thiên thần tập sự giữ an toàn, những người đã giúp chúng ta và E-Z trong quá khứ. Vì vậy, cô ấy ổn cho đến bây giờ.

"Trước khi giải thích thêm, tôi tò mò về những sức mạnh đặc biệt mà cậu sở hữu?"

Haruto đứng dậy, nhìn cha mình, người gật đầu, rồi nói. "Tôi di chuyển rất nhanh." Và anh bắt đầu xoay tròn, nhanh hơn và nhanh hơn cho đến khi biến mất.

"Wow!" Alfred nói. "Cậu giống như phiên bản biến mất của Tasmanian Devil!"

"Chúng tôi không bao giờ chán ngắm cậu ấy hành động," mẹ anh nói. Bà đã im lặng suốt từ nãy đến giờ. 'Trở lại đây, con trai,' bà nói. 'Trở lại."

Anh xuất hiện theo cách anh biến mất, chỉ là lần này họ không thấy anh xoay tròn cho đến khi anh xuất hiện lại. 'Con đói nữa!" Haruto reo lên. Anh ngồi xuống, đổ đầy đĩa và ăn ngấu nghiến.

"Có phải nó luôn làm cậu đói không?" Alfred hỏi.

"Luôn luôn," Sobo nói, đưa thêm thức ăn cho cháu trai. Cậu gật đầu, quá bận rộn ăn để trả lời.

Sau khi Haruto ăn no, Alfred giải thích rằng E-Z's sẽ là trụ sở của đội, hay căn cứ. Anh đang trì hoãn, tìm kiếm từ ngữ phù hợp để nói với họ về nguy hiểm mà tất cả sẽ phải đối mặt.

"Hãy để tôi nói trước khi các cậu đồng ý – rằng Furies là những sinh vật ác độc, khủng khiếp, trừng phạt trẻ em dù chúng không làm gì sai. Chúng đã cướp đi mạng sống của trẻ em vì những suy nghĩ xấu xa chứ không phải vì hành động xấu, và chiếm đoạt những kẻ bắt hồn từ người khác. Chúng ta phải ngăn chặn chúng và đưa mọi thứ trở lại trật tự. Và chúng là những nữ thần cực kỳ nguy hiểm và mạnh mẽ."

Cha của Haruto nói: "Ta cấm các con đi!"

"Nhưng cha, cha đã dạy con rằng những hành động của con trong kiếp này sẽ tiếp tục trong kiếp sau. Vì vậy, con phải đồng ý." Anh nhìn Alfred và nói, "Hãy tính tôi vào!"

"Haruto, với tư cách là cha mẹ của con, chúng ta muốn con thành công – nhưng chúng ta muốn con ở gần chúng ta, không phải ở bên kia thế giới với những người lạ."

Haruto đứng dậy khỏi ghế và ôm chặt cổ bà nội. Hai người thì thầm với nhau bằng tiếng Nhật nên Alfred không hiểu.

"Sobo nói bà sẽ đi cùng con, nhưng bà sợ thời gian của bà đã gần kề. Nếu bà chết mà không ở Nhật Bản, linh hồn bà sẽ làm sao để về nhà?"

"Chúng ta có một số thiên thần trưởng và thiên thần phụ tá đang hợp tác với chúng ta. Họ đang bảo vệ linh hồn của Rosalie, và nếu có chuyện gì xảy ra với bà nội của con, tôi chắc chắn họ sẽ bảo vệ linh hồn bà ấy. Cho đến khi các Soul Catchers của họ sẵn sàng."

"Con thật khiến bà tự hào," Sobo nói, 'và bà rất vui được đi cùng con trên chuyến bay. Bà mong được gặp những đứa trẻ siêu anh hùng còn lại. Sobo này sẽ có thêm nhiều cháu nội.' Bà ôm chặt Haruto.

Mẹ và cha Haruto cũng tham gia. Đó là một cái ôm gia đình. Nước mắt chảy xuống khuôn mặt Alfred. Một con thiên nga khóc là điều buồn nhất trên thế gian.

Khi họ tách ra, đồ ăn được thu dọn và mang đi rửa. Mọi người được phục vụ trà, trừ Haruto.

"Tôi sẽ chuẩn bị hành lý," anh nói. "Chúc ngủ ngon."

"Tôi sẽ đặt vé máy bay và thông báo chi tiết cho các bạn," Alfred nói.

Anh trở về khách sạn và đặt vé máy bay. Sau đó, anh gửi tất cả chi tiết cho Charles Dickens. Anh hy vọng Charles có thể gặp họ tại Sân bay Heathrow và tất cả sẽ cùng bay đến nơi của E-Z.

Sau một ngày mệt mỏi, Alfred nhảy lên giường Queen Size. Anh ôm chặt gối và xem ti vi cho đến khi thiếp đi.

7

En Route

Với tất cả trẻ em đang trên đường đến nhà E-Z, không khí tràn ngập một nguồn năng lượng mang tên hy vọng. Nguồn năng lượng ấy dường như lan tỏa từ một đầu thế giới đến đầu kia. Đến mức, nó đã chạm đến The Furies.

Ba nữ thần ác độc nhảy múa quanh ngọn lửa mà chúng tạo ra từ xương cốt của những xác chết trong một nồi đồng. Một quả cầu lửa nhiều đầu bốc lên. Ngay trước mắt chúng, nó chia thành ba quả cầu lửa.

Các nữ thần đổ thêm năng lượng vào các quả cầu lửa, cho đến khi chúng trông như sắp nổ tung. Rồi chúng phóng chúng đi, ra ngoài để tìm và nghiền nát hy vọng đang tồn tại trong trái tim kẻ thù của chúng.

Quả cầu lửa đầu tiên bay đi, hướng đến đích xa nhất để gặp và hủy diệt E-Z, Lachie và Baby. Vật thể lửa tan rã trên đường đi, vỡ vụn vì tốc độ quá nhanh, cho đến khi chỉ còn kích thước của một quả bóng bowling. Nó lao thẳng vào bộ ba vô tội đang tiến về phía trước.

Cảm biến của xe lăn E-Z đã cảnh báo anh về nguy hiểm đang đến nhờ nâng cấp của Hadz và Reiki. Hệ thống GPS phát hiện một vật thể vô tri di chuyển nhanh, đang lao thẳng về phía họ.

"Có thứ gì đó đang lao thẳng về phía chúng ta!" E-Z hét lên. 'Hạ cánh và tránh xa nó ngay lập tức."

"Được,' Lachie nói, khi bộ ba hạ xuống.

Nhưng quả cầu lửa vẫn đuổi theo họ, như thể nó có thiết bị theo dõi riêng. Dù họ hạ thấp đến đâu, nó vẫn bám sát không buông.

Họ dừng lại, lơ lửng, tụ lại thành nhóm – không biết nên hạ cánh ngay hay tìm cách khác để đánh lừa nó. Nếu hạ cánh và thứ đó theo đuổi, nó có thể giết hoặc làm bị thương người khác. Họ không muốn đặt ai khác vào nguy hiểm vì nó đang nhắm vào họ.

"Chúng ta phải làm gì?" Lachie hỏi.

"Cậu và Baby trốn đi, để tớ và xe lăn của tớ xử lý."

"Chúng tớ không bỏ cậu lại!" Lachie kêu lên và Baby gật đầu.

"Được rồi, thì trốn sau lưng tớ," E-Z nói. Anh biết mình và xe lăn của mình chống đạn, nhưng liệu chúng có chống được quả cầu lửa không? Anh sẽ biết ngay, 5, 4, 3, 2, 1.

Baby duỗi cổ, há miệng rộng hết cỡ và gầm lên – quả cầu lửa lao thẳng vào miệng nó. Mắt con rồng lồi ra, môi run rẩy khi nó cố gắng kìm hãm con quái vật lửa bên trong. Rồi nó bay đi, Lachie bám chặt vào cổ nó, bay xa khỏi mặt nước, tìm chỗ để thoát khỏi thứ đang thiêu đốt nó từ bên trong.

Cuối cùng, họ tìm được nơi an toàn để thả nó xuống biển. Baby mở miệng, và thứ đó bay ra. Vẫn bốc cháy, nó trượt trên mặt nước, như quyết tâm sống sót nhưng cuối cùng cũng đầu hàng và tan biến khi chìm xuống đại dương.

"Yes!" E-Z reo lên. 'Làm tốt lắm, Baby!"

Baby và Lachie trở về bên E-Z, 'Có chuyện gì vậy?"

"Baby thật tuyệt vời! Cậu đã ném quả cầu lửa xuống biển. Giờ nó chỉ còn là một tảng đá thôi."

"Cảm ơn Baby," E-Z nói. "Đó là một pha quá nguy hiểm."

"Đồng ý. Và Baby xứng đáng được thưởng. Một thứ gì đó mát mẻ cho cổ họng cậu."

"Bất cứ thứ gì Baby muốn," E-Z nói. 'Hãy xuống nghỉ ngơi một chút trước khi tiếp tục."

Lachie ôm cổ Baby và cả hai cùng xuống để lắc mình khỏi cuộc gặp gỡ đầu tiên và hy vọng là cuối cùng với quả cầu lửa điên rồ.

"Anh nghĩ đó là The Furies không?' Lachie hỏi.

"Tôi không nghĩ họ biết về chúng ta. Ý tôi là, họ biết chúng ta tồn tại, nhưng không biết chi tiết."

"Cái thứ đó đã nhắm thẳng vào chúng ta. Nó cố giết chúng ta. Ai khác muốn chúng ta chết?"

"Cậu nói đúng, nó đã lao thẳng về phía chúng ta. Có lẽ chỉ là trùng hợp. Hy vọng vậy."

"Chúng ta không nên cảnh báo những người khác sao?"

E-Z nhìn vào điện thoại. Anh không có sóng. "Đội của tôi có thể tự lo và tôi không muốn làm họ hoảng sợ. Hy vọng đó chỉ là trường hợp duy nhất."

***

Những nữ thần Furies phóng một đĩa lửa thứ hai về phía Yokohama. Máy bay của Alfred và Haruto đã ở trên đường băng, chuẩn bị cất cánh.

Quả cầu lửa lao về phía họ, nhưng lại chọn một đường bay xui xẻo – bay qua robot cao 59 ft., robot này vươn tay bắt lấy nó, rồi nghiền nát. Tro tàn rơi xuống bệ đỗ bên dưới.

Tại sân bay, máy bay của Alfred và Haruto cất cánh an toàn và cặp đôi không hề hay biết mình đã bị nhắm mục tiêu.

⁎ ⁎ ⁎

Quả cầu lửa thứ ba và cuối cùng bay về phía Phoenix, Arizona. Nó bay vòng quanh, tìm kiếm mục tiêu trong nhiều giờ nhưng không thể tìm thấy.

Little Dorrit là một con kỳ lân đặc biệt, sở hữu lá chắn chống phát hiện và luôn sẵn sàng. Việc bảo vệ hành khách là nhiệm vụ quan trọng nhất của Little Dorrit.

Sau khi bay loạn xạ, quả cầu lửa thay vì tan vỡ với tốc độ cao, lại tiếp tục phình to cho đến khi có kích thước của một sao chổi. Sau đó, nó quay trở về với chủ nhân đích thực của mình – The Furies.

Vật thể lửa, không phân biệt bạn thù, đuổi theo The Furies đang gào thét quanh Thung lũng Tử Thần trong nhiều giờ. Chúng chạy trốn cho đến khi Tisi niệm phép.

Ban đầu, quả cầu dừng lại giữa không trung, và ba nữ thần nhìn nó với sự thỏa mãn khi nó rơi vào nồi và bị phủ kín bởi súp nấm.

Alli bay về phía nó, đậy nắp lại.

Rồi The Furies ngửa đầu ra sau và chế giễu nó, trong khi nhảy múa, hát hò và cười đùa.

Cho đến khi, bên trong nồi vang lên tiếng nổ lách tách. Giống như hạt bắp rang đang nóng lên. Tiếng động ngày càng lớn, nắp nồi bị lõm từ bên trong, và cuối cùng nhô lên đủ cao để những quả cầu lửa mới sinh có thể thoát ra.

Những quả cầu lửa nhỏ, không có nơi nào để đi, lao thẳng vào The Furies, đuổi theo chúng, và lần lượt tắt lịm.

Bị cháy xém, mệt mỏi và bực bội, ba nữ thần gọi Eriel đến giúp, nhưng lần này anh ta không trả lời.

* * *

Khi anh ta bay tiếp trên bầu trời một mình, Lachie và Baby di chuyển chậm hơn do tác dụng phụ của Baby sau khi nuốt quả cầu lửa, E-Z đánh giá tình hình đội của mình. Một vài lần, anh nhận được tin nhắn xác nhận rằng họ cũng đang nghĩ đến anh.

Lia gửi tin nhắn xác nhận sức mạnh của Brandy, và Alfred cũng làm tương tự về khả năng của Haruto.

E-Z chưa trả lời bằng cách tiết lộ sức mạnh của Lachie. Thay vào đó, anh muốn xem xét lại mọi thứ để đánh giá khả năng của mình và đội ngũ bảy người (bao gồm Charles) sẽ đối phó thế nào với ba nữ thần mạnh mẽ nhưng độc ác.

Điểm lại trong đầu, anh nhắc nhở bản thân về những điểm mạnh của đội:

Tôi có thể bay, và ghế của tôi cũng vậy. Chúng tôi chống đạn và tôi rất mạnh. Tôi là một nhà lãnh đạo giỏi, thông minh và có khả năng đồng cảm mạnh mẽ.

Lia thông minh, đồng cảm, tốt bụng, thông minh và có thể đọc suy nghĩ và dự đoán tương lai.

Alfred có ý chí mạnh mẽ, thông minh và là thành viên lớn tuổi nhất, giàu kinh nghiệm. Anh ấy đồng cảm, đôi khi có thể đọc suy nghĩ và chữa lành cho người bệnh.

Lachie có thể giao tiếp với các sinh vật. Anh là người cô độc, nhưng đó không phải lỗi của anh. Anh có khả năng đồng cảm, thông minh. Anh biết cách sống sót trong mọi hoàn cảnh và khả năng ngụy trang của anh sẽ rất hữu ích.

Haruto là người trẻ nhất, nhưng anh là một kẻ sống sót. Anh có thể biến mình thành vô hình.

Brandy đã chết – nhiều lần – và sống lại. Cô chắc chắn là một kẻ sống sót.

Cuối cùng nhưng không kém phần quan trọng là Charles Dickens. Khả năng của anh ta vẫn còn là bí ẩn. Nhưng anh ta thông minh, giàu lòng trắc ẩn và có khả năng thích nghi.

Sử dụng điện thoại khi có đủ sóng, anh ta tìm kiếm tài liệu lịch sử trực tuyến để tìm hiểu những khả năng mà The Furies sẽ mang lại:

Sức mạnh siêu nhân.

Sức bền, bao gồm khả năng chịu đau đớn cực độ.

Sức sống mãnh liệt.

Khả năng linh hoạt như nhện.

Khả năng chống chấn thương và hồi phục siêu nhanh.

Bay.

Biến hình – thành hình dạng của một người khác.

Tàng hình.

Họ có thể gây đau đớn cho nạn nhân.

Meg có thể tiết ra ký sinh trùng. Ghê tởm.

Chờ đã, nó nói The Furies lịch sử đại diện cho công lý. Nó nói trong quá khứ, họ chỉ gây hại cho kẻ ác và kẻ có tội... rằng người tốt và vô tội không có gì phải sợ. Vậy thì điều gì đã thay đổi? Tại sao họ lại cảm thấy cần phải giết trẻ em vô tội bằng cách chơi game?

Anh tiếp tục đọc, tự hỏi làm thế nào họ giết trẻ em. Theo truyền thuyết, The Furies chưa bao giờ gây tổn thương thể xác cho những kẻ có tội. Thay vào đó, họ sử dụng cảm giác tội lỗi để khiến họ phát điên.

Anh nghĩ về cậu bé đã cố bắn anh. Họ đã thuyết phục cậu rằng nếu không làm theo lời họ, họ sẽ hại gia đình cậu. Anh tự hỏi cậu bé đó giờ đang ở đâu. Liệu cậu có ở trong một trong những Soul Catchers không?

Anh tiếp tục tìm kiếm, để xem liệu The Furies có thể thương xót hay không và không tìm thấy bất kỳ bằng chứng nào.

Anh thêm vào danh sách một điều họ đã biết – The Furies là những sinh vật phàm trần. Đó là điểm chung duy nhất giữa anh và những nữ thần ác độc, và anh cùng đội của mình cần tìm cách tận dụng điều đó.

Lachie và Baby bắt kịp E-Z.

"Baby thế nào rồi?" anh hỏi.

"Nó đã khá hơn rồi," Lachie trả lời.

Baby ngửa đầu ra sau, gầm lên một tiếng và lao về phía trước.

"Đợi tôi!" E-Z hét lên.

8
THE FURIES

Với cảm giác hy vọng bẩn thỉu vẫn còn nồng nặc trong không khí, The Furies chờ đợi. Họ đã sửa chữa quần áo bị cháy xém và cắt tỉa mái tóc bị cháy. May mắn thay, những con rắn vẫn còn nguyên vẹn. Để trông gọn gàng hơn cho sự xuất hiện của vị khách sắp đến.

Ông ta là ân nhân của họ. Người đã đưa họ trở lại trái đất. Đề nghị họ lập căn cứ tại trái tim không thể phát hiện của Thung lũng Tử Thần.

Trước khi quả cầu lửa thất bại, họ đã thấy những dấu hiệu. Dấu hiệu cho thấy mọi thứ đang chống lại họ. Thay đổi là tốt, nhưng chỉ khi họ kiểm soát được nó. Thời của họ đang đến. Họ phải sẵn sàng hành động. Mọi thứ đang chuyển biến có lợi cho họ. Tất cả những gì họ phải làm là chờ đợi. Rồi sẵn sàng nhảy xổ ra.

"Eriel," Meg gầm gừ.

Vị thiên thần trưởng, người lãnh đạo mà họ yêu quý cuối cùng cũng đã đến.

"Tình hình thế nào?" Tisi hỏi. 'Chúng ta chán ngán với tất cả hy vọng này."

"Đúng vậy, thứ hy vọng này đang làm chúng ta chán nản,' Tisi và Allie hát vang trong khi nhảy múa quanh ngọn lửa cháy rực.

Hắn quan sát họ, nhảy múa trần truồng như những con quỷ banshee. Họ vung roi, trong khi những con rắn trên tay và tóc họ uốn lượn và phun nước bọt một cách ngẫu nhiên.

Eriel hạ xuống như một đám mây đen, đáp xuống rồi gấp đôi đôi cánh. Vóc dáng khổng lồ của hắn khiến The Furies trông như những con búp bê. Hắn đứng với hai tay chống hông, rồi quỳ một gối để ngang tầm với họ. Đó là cách hắn hạ mình xuống ngang hàng với họ, đồng thời vẫn giữ vị thế cao hơn. Hắn muốn họ biết rằng họ đang làm việc cho hắn, chứ không phải ngược lại. Anh ta đã chán ngấy việc phải nhắc nhở điều này với các chị em, nhưng anh ta sợ rằng đó là cách duy nhất để giữ chúng trong tầm kiểm soát.

"Không có hy vọng – không phải bây giờ khi chúng ta đang hợp tác," Eriel nói. "Và đừng cười. À, tôi đoán các ngươi có thể cười. Đó là điều tôi đã làm khi lần đầu nghe tin họ gửi một đội trẻ con đến giết các ngươi."

Những con quỷ Furies điên cuồng. Tiếng hét của chúng vang vọng khắp Thung lũng Tử Thần và làm tất cả chim chóc bay đi.

"Những kẻ ngu ngốc!" Meg nói.

"Chúng ta sẽ ăn những đứa trẻ đó, cho bữa sáng, bữa trưa và bữa tối," Tisi nói, liếm môi.

"Chúng ta không ăn trẻ con," Alli nói. "Nhưng chị thật hài hước, chị gái. Tất cả những gì chúng ta muốn là linh hồn của chúng. Và tôi không nhớ tại sao chúng ta muốn chúng. "Giải thích lại đi, chị yêu."

Meg nói: "Chúng ta đang làm theo lệnh của Eriel. Hắn muốn những Kẻ Bắt Hồn và chúng ta đang mang chúng đến cho hắn. Một khi hoàn thành yêu cầu của hắn, chúng ta sẽ trở thành Con Gái của Nyx – Những Kẻ Nhân Từ – một lần nữa và sẽ thống trị đêm tối, làm bất cứ điều gì chúng ta muốn."

"Vậy nếu ta muốn nếm thử một đứa trẻ – ta có thể làm được, đúng không?" Tisi hỏi. "Em luôn tò mò không biết chúng sẽ có vị như thế nào." Cô nhướng mày và ngửi không khí. Con rắn trên đầu cô lao về phía anh.

Eriel khịt mũi. "Đây không phải là những đứa trẻ bình thường, như những đứa mà các cô đang theo dõi trong trò chơi. Đây là những đứa trẻ có năng lực đặc biệt, với sức mạnh và khả năng phi thường. Tuy nhiên, ta sẽ thông báo cho các cô, và các cô sẽ cần sự giúp đỡ của ta."

"Sự giúp đỡ của anh? Để đánh bại lũ trẻ, những đứa bé sơ sinh?!" bộ ba cười lớn, và chúng bay lượn xung quanh, cất cánh khỏi mặt đất bằng đôi cánh dơi mạnh mẽ. 'Chúng ta sẽ đánh bại chúng trước khi chúng kịp tấn công.' Những con rắn gầm gừ và phun nước bọt đồng tình.

"Như chúng ta đã làm trong phòng trắng. Như chúng ta đã làm với bạn của chúng, Rosalie. Cô ta không chịu nói cho chúng ta biết ai đang được cử đến để đối phó với chúng ta. Chúng ta muốn biết và đã chán ngấy việc chờ đợi anh nói cho chúng ta biết. Vậy nên, chúng ta đã tiêu diệt cô ta," Meg nói.

"Đúng vậy, và các ngươi suýt nữa đã lộ tẩy! Cũng đáng tiếc là các ngươi không thu thập linh hồn cô ta và đưa vào Cái Bẫy Linh Hồn," Eriel nói. "Giờ đây có những đầu mối lỏng lẻo. Những đầu mối lỏng lẻo có thể trở thành manh mối cho những kẻ đang tìm kiếm c húng."

Họ ngước nhìn lên trời và thấy một vệt màu sắc như cầu vồng trải dài từ bên này sang bên kia. Nhưng đó không phải là cầu vồng, mà là năng lượng. Năng lượng của những kẻ mà các thiên thần đã tuyển mộ để làm những việc mà chính họ không thể làm.

"Chúng ta biết họ đang đến – và họ sẽ không có cơ hội chống lại chúng ta!" Tisi hét lên.

"Nhưng họ đã đánh bại những quả cầu lửa non nớt mà các ngươi gửi đi!" Eriel kêu lên. "Đó là một nỗ lực yếu ớt và nghiệp dư! Nó khiến tôi xấu hổ khi phải làm việc cùng các ngươi! May mà không ai biết về mối liên hệ của chúng ta."

Với nắm đấm siết chặt và răng nghiến chặt, The Furies không tiến lên cho đến khi Alli phá vỡ im lặng.

"Chị em, ý kiến của hắn không quan trọng. Chúng ta đã làm hết sức mình. Đáng để thử. Hơn nữa, chúng ta đã có đủ linh hồn để sử dụng." Cô khuấy nồi, múc một muỗng súp rồi nhổ ra. "Quá mặn," cô nói. Cô thêm nước, nấm rừng và vài củ khoai tây nhỏ. "Và chúng ta đang thu thập thêm linh hồn trẻ em mỗi ngày. Tôi chán ngấy việc ngồi đây chờ lũ siêu anh hùng nhí đến tìm chúng ta. Chờ chúng tổ chức lại. Khi chúng tụ tập đủ, sao chúng ta không giết hết chúng?"

"Chị ơi, chị phải kiên nhẫn."

"Tôi chán ngấy việc kiên nhẫn rồi. Tôi chán – tôi chỉ đơn giản là mệt mỏi," Alli nói. Cô khuấy nồi, thêm vài loại thảo mộc và gia vị hoang dã, nếm thử súp và thấy ngon. 'Bữa tối đã sẵn sàng,' cô nói.

"Các chị phải kiên nhẫn và không được hành động – trừ khi ta ra lệnh. Đây là trò chơi của ta và ta đã mời các chị tham gia. Không có ta, các chị chỉ là ba nữ thần vô dụng, ngủ suốt phần đời còn lại." Anh ta đá cát bằng ủng. "Và thật đáng tiếc là các chị phải ăn thức ăn của con người. Thật là một sự tụt hạng – bây giờ các ngươi cần thức ăn để sống. Khi ta thống trị trái đất và tất cả các Soul Catchers cư ngụ ở đây, ta sẽ kích hoạt EARTH PAUSE. Ta sẽ thống trị trái đất và nếu các ngươi chơi trò chơi đúng cách. Nếu các ngươi làm theo lời ta, các ngươi sẽ ở bên ta. Chia sẻ chiến lợi phẩm. Nếu các ngươi chống lại ta, các ngươi sẽ trở về bụi đất."

Sau khi nói từ "bụi", hắn dang rộng tay và cánh, bay lên khỏi mặt đất và biến mất.

Các Furies cùng nhau hát vang trong khi nhấp từng ngụm súp. Những con rắn đói nhất liếm sạch, và dù đã làm sạch nồi, chúng vẫn muốn thêm.

"Bây giờ hắn đã đi," Meg nói, "hãy nói về kế hoạch cuối cùng của chúng ta."

Tisi và Alli cười khanh khách.

"Eriel tin rằng hắn sẽ khôi phục chúng ta về trạng thái Nữ thần, nhưng chúng ta sẽ không để vị thiên thần trưởng đó chiếm đoạt trái đất. Ai dám chắc hắn sẽ không bỏ rơi chúng ta khi chúng ta đã làm hết mọi việc? Thiên thần trưởng không phải lúc nào cũng giữ lời hứa. Chúng ta cũng không cần phải giữ lời hứa của mình, phải không các chị em?"

"Hắn nghĩ mình là ai mà dám tự xưng là Người Được Chọn?" Alli hỏi.

Meg cười. "Hắn không được ai chọn cả – nhưng chúng ta vẫn cần hắn."

"Đúng vậy," Tisi nói. "Sự tự cao tự đại của hắn là điểm yếu của hắn." Cô hạ giọng thì thầm, "Mỗi lần hắn nói, hắn lại yếu đi. Mỗi lần hắn phản bội các thiên thần trưởng khác, hắn lại trao đi một phần sức mạnh của mình."

Một lần nữa, các chị em lại cất tiếng hát:

"Máu của những đứa trẻ bị tuyển mộ sẽ là món súp ngày mai.

Sau khi ăn xong, chúng ta sẽ vui chơi với vòng hula-hoop,"

Meg tiếp lời,

"Những đứa trẻ, những đứa trẻ xấu xa và tội lỗi,

Chúng ta sẽ chặt đầu chúng nếu may mắn!"

Alli hát,

"Con gái của Bóng Tối chống lại những đứa trẻ vô tội.

Trời sẽ mưa máu trước khi chúng ta xong việc!"

Họ cười khanh khách, gầm gừ, quất roi và nhảy múa khi trăng lên cao hơn trên bầu trời. Mệt mỏi, họ ngã xuống đất và ngủ trong bùn. Những con rắn thích vị trí này – và cũng ngủ – thay vì gầm gừ và di chuyển suốt đêm.

"Chúc ngủ ngon, các chị em," chúng nói theo vòng tròn, giống hệt như chúng thấy con người làm trên chương trình The Walton's qua ăng-ten vệ tinh. Đó là một trong những chương trình yêu thích của chúng. "Và sáng mai, chúng ta sẽ xem lại kế hoạch."

9
PAFHS9

Đó là một cuộc thi giữa Sam và Samantha, hai người đang chờ xem nhóm trẻ em nào sẽ về trước. Người chiến thắng sẽ phải thức dậy với cặp song sinh mỗi đêm trong suốt một tháng, nên áp lực rất lớn.

Sam chọn E-Z, Lia, rồi Alfred. Samantha chọn Alfred, E-Z, rồi Lia.

"Nhưng E-Z đang ở Úc," Samantha trêu chọc. "Bạn chắc chắn sẽ thua. Tôi sẽ không nghĩ đến bạn – KHÔNG – khi tôi phải thức trắng đêm trong suốt một tháng."

"Em chọn Alfred mà anh ấy đang bay trên máy bay! Em biết họ luôn quá tải và hiếm khi tuân thủ lịch trình. Trong khi E-Z có thể đến và đi tùy ý, và xe lăn của anh ấy di chuyển nhanh kinh ngạc! Em chắc chắn sẽ thắng, và em sẽ tăng cược lên sáu tháng. Em có sẵn sàng tăng cược không?"

Samantha cân nhắc đề nghị mới. Những cuộc cá cược như thế này có thể làm tổn thương hôn nhân, và họ đã thiếu ngủ vì cả hai phải thức dậy mỗi đêm để chăm sóc cặp song sinh. Cô ôm anh, "Hãy giữ mọi thứ đơn giản. Một tháng."

"Nhát gan," Sam nói, ôm chặt vợ. Anh hôn lên trán cô khi Jill khóc thét, và Jack cũng nhanh chóng tham gia. "Anh sẽ đi," anh nói.

"Chúng ta đi cùng nhau," Samantha nói, nắm tay chồng và cùng nhau đi xuống hành lang.

Little Dorrit đang bay về phía trước với tốc độ tối đa.

"Chúng ta không thể xuống dưới lấy đồ uống sao?" Brandy hỏi.

"Không được," Little Dorrit nói.

"Đi mà," Lia nói, "chỉ mất vài phút thôi."

"Tôi không muốn làm các bạn sợ," Little Dorrit nói, 'nhưng tôi có cảm giác không tốt và muốn chúng ta rời khỏi nơi này càng sớm càng tốt."

"Được rồi,' hai cô gái đồng ý.

Gần về đến nhà, Lia gửi tin nhắn cho Samantha, báo rằng họ sẽ về trong vài phút nữa.

"À, chúng ta đều sai cả!" cô nói.

"Nhưng một trong hai chúng ta vẫn phải dậy mỗi đêm với hai đứa trẻ," Sam nói.

"Chúng ta sẽ thay nhau," Samantha nói, khi cô và Sam thấy hai đứa trẻ đã ngủ lại, họ ra vườn. Chẳng bao lâu, cô thấy Little Dorrit đang hạ cánh.

Lia và Brandy nhảy xuống.

"Thật là tuyệt vời," Brandy nói. "Cảm ơn, Little Dorrit." Cô ôm con kỳ lân, nó đáp: "Không có gì."

"Vâng, cảm ơn vì đã trông nom chúng tôi," Lia nói.

"Trông nom các con, có vấn đề gì không?" Sam hỏi.

"Không có gì tôi không xử lý được," Little Dorrit nói. "Bây giờ, nếu các bạn không cần tôi trong một lúc, tôi muốn đi lấy nước và ăn nhẹ."

"Cậu đi đi," Sam nói, "và cảm ơn vì đã trông nom các cô gái của chúng tôi."

Little Dorrit nháy mắt với Sam, rồi bay đi và nhanh chóng biến mất khỏi tầm nhìn.

Sau khi giới thiệu với Sam và Samantha, Brandy gọi về nhà để báo cho mẹ biết họ đã đến an toàn.

Một vài giờ sau, Alfred, Charles, Haruto và bà của anh ta đến. Như trước đây, mọi người giới thiệu với nhau, với Brandy và Lia được thêm vào nhóm.

"Anh không thể là Charles Dickens được," Brandy nói, nhướn mày. 'Và anh chỉ là một đứa trẻ, mới vừa thôi tã,' cô nói với Haruto, người đáp lại bằng cách xoay mình biến mất.

"Ôi trời!" Brandy kêu lên. "Và anh, anh là một con thiên nga lông vũ to lớn! Làm sao anh giúp chúng tôi đánh bại The Furies!"

"Thứ nhất," Alfred bắt đầu, 'cậu thô lỗ hơn mức cần thiết. Ngay cả một con thiên nga không tinh tế như tôi cũng có lễ phép."

"Anata wa gakidesu!' Bà của Haruto nói, có nghĩa là "Mày là đứa trẻ hư!"

Một tiếng cười khúc khích vang lên từ Haruto vô hình.

Lia bước đến và xin lỗi: "Tôi sẽ giải thích cho cô ấy. Cô ấy rất cool. Chỉ cần cho cô ấy chút thời gian để làm quen thôi," cô nói. "Tôi cũng không biết cho đến khi chính mắt thấy Haruto có thể làm gì." Cô nói với cậu bé: "Haruto, về đây đi. Cô ấy không có ý làm tổn thương c ậu."

"Xin lỗi," Brandy nói, mắt nhìn xuống sàn.

Haruto quay lại, xuất hiện rồi biến mất. Cậu đứng ôm eo bà ngoại. Alfred và Charles tiến lại gần họ.

"Chúng tôi vừa xuống máy bay và mệt mỏi – nên chúng tôi sẽ đi tắm rửa. Khi trở lại, tôi mong các cậu sẽ đeo dây xích cho cô ta, hoặc dán băng dính vào miệng cô ta. Hoặc dạy cô ta cách cư xử," anh nói, rồi bước đi dọc hành lang cùng hai người kia.

"Wow!" Brandy nói. "Thật là wow! Tôi đã xin lỗi mà."

"Không, anh ta đúng," Lia nói.

Samantha nói: 'Bây giờ các cậu đang ở trong nhà chúng tôi, và chúng tôi không cho phép các cậu vô lễ với ai."

Sam khoanh tay trước ngực, đúng lúc hai đứa trẻ bắt đầu khóc thét.

"Chúng chắc là đói. Đừng lo, tôi sẽ lo,' Samantha nói, nhưng trước khi rời đi, cô liếc nhìn Brandy.

"Brandy, cậu đang ở một nơi xa lạ, nơi cậu không quen ai ngoài Lia và Little Dorrit," Sam nói. "Nếu cậu muốn trở thành một phần của đội này, để đánh bại The Furies – thì cậu phải hợp tác. Chửi bới đồng đội không phải là cách hiệu quả để bắt đầu. Tôi khuyên cậu nên xin lỗi lại một lần nữa khi họ trở về, và xin được bắt đầu lại."

Mắt Brandy đỏ hoe, "Em chỉ bất ngờ khi thấy những thành viên khác trong đội mà em sẽ làm việc cùng. Nhưng chị nói đúng, em sẽ xin lỗi lại và xin một cơ hội khác. Em hy vọng họ sẽ tha thứ cho em. Mẹ em luôn nói em quá thẳng thắn cho chính mình."

Lia mỉm cười. "Em sẽ thích Alfred khi em quen anh ấy. Đây cũng là lần đầu tiên tôi gặp Charles trực tiếp. Charles đang ở trong một tình huống kỳ lạ. Khi anh ấy mười tuổi, đó là năm 1822. Hãy nghĩ về điều đó. Và đây cũng là lần đầu tiên tôi gặp Haruto và bà của cậu ấy."

"Thật điên rồ! James Monroe là Tổng thống lúc đó – và ông ấy là Tổng thống thứ năm của chúng ta!" Brandy reo lên. Cô nhẹ nhàng huých Lia, "Mẹ và bố sẽ rất ấn tượng nếu con nhớ được thông tin đó! Còn thằng bé, ý con là Haruto, trông nó còn quá nhỏ để phải liều mạng n hư vậy."

Lia cười và Sam cũng cười theo, rồi nghe thấy vợ gọi anh giúp trông hai đứa trẻ, anh vội vàng chạy ra khỏi phòng.

Charles đáp, "George IV đang trị vì khi tôi đến đây lần trước. Ít nhất tôi không phải lo lắng về việc trở lại trại lao động vào năm sau," anh nói với nụ cười nhanh chóng tắt lịm.

Lia phát ra tiếng kêu bất giác, trong khi Brandy bật khóc và nói, "Em xin lỗi, Charles."

"À, vậy là các em đã nghe nói về trại lao động rồi," anh nói. "Nhưng tôi vẫn ở đây và đã sống sót, và dường như đã sử dụng kinh nghiệm đó để viết về những nhân vật như Oliver Twist và Little Dorrit, để kể hai ví dụ.

Vâng, tôi đã đọc về bản thân mình trên internet và phải thừa nhận, tôi thậm chí còn tự hào về bản thân."

"Anh chưa gặp Little Dorrit the Unicorn đâu," Lia nói. "Cô ấy đi nghỉ ngơi, nhưng sẽ quay lại sớm."

"Ai?" Charles hỏi.

Đúng lúc đó, Little Dorrit xuất hiện, bay lượn trên đầu họ và hạ cánh nhanh chóng.

"Little Dorrit, đây là Charles Dickens. Charles, đây là Little Dorrit," Lia nói.

Charles câm lặng, khi con kỳ lân thân thiện cọ đầu vào anh. "Tôi chưa bao giờ mơ rằng mình sẽ gặp một con kỳ lân."

"Rất vui được gặp anh, Charles," Little Dorrit nói.

Charles thốt lên, 'Và còn biết nói nữa chứ!' Anh có hàng triệu câu hỏi muốn hỏi cô, nhưng phải đợi vì trên trời, E-Z, Lachie và Baby đang hạ cánh. 'Tôi đang thức hay đang mơ?' Charles hỏi. "Cắn tôi đi, để tôi chắc chắn."

Khi Baby hạ cánh và Lachie xuống ngựa, mọi người giới thiệu nhau. E-Z vội vàng chạy vào nhà để dùng nhà vệ sinh. Khi anh trở lại cùng Sam và Samantha, Haruto và Alfred cũng gia nhập.

"Đội đã đầy đủ," Alfred nói.

"Tôi có thể nói chuyện với anh và Haruto không?" Brandy hỏi. Khi họ gật đầu, cô nói: 'Tôi rất, rất xin lỗi. Xin hãy tha thứ cho sự vô lễ của tôi và cho tôi một cơ hội nữa.' Cô nhìn xuống chân mình.

"Hãy bắt đầu lại từ đầu," Alfred nói.

"Saikai suru," Haruto nói rồi dịch: "Anh ấy nói vậy."

"Anata wa yurusa rete imasu," bà của Haruto nói, có nghĩa là "Bạn đã được tha thứ."

Baby và Little Dorrit đứng bên nhau trông rất kỳ lạ. Little Dorrit không hề nhỏ bé, cô là một con kỳ lân cao hơn 8 feet, trong khi Baby cũng không phải là một đứa trẻ, anh cao hơn 18 feet.

"Uh, tôi nghĩ hai người – chỉ Baby và Little Dorrit – cần tìm chỗ khác để ngủ vì vườn không đủ rộng cho hai người," E-Z nói.

Little Dorrit nói, 'Tôi biết một chỗ và chúng ta có thể tìm thứ gì đó ngon để ăn và nước uống nữa."

"Nghe hay đấy,' Baby nói.

Bà của Haruto vỗ đầu Baby và hỏi: "Josha wa dodesu ka?" có nghĩa là "Cậu có muốn đi chơi không?"

Baby nói: 'Tashika ni, tobinotte!' có nghĩa là 'Được thôi, lên đi!"

Haruto chạy lại và nói: 'Matte watashi o wasurenaide!" có nghĩa là "Đợi đã, đừng quên tôi!"

Baby cúi xuống để Haruto và bà của cậu leo lên lưng. Họ bay đi, với Little Dorrit theo sát phía sau.

Sam nói: "Tôi nghĩ mọi người nên ổn định chỗ ở và có thể trò chuyện, lên kế hoạch thoải mái vào ngày mai."

"Ý hay đấy," E-Z nói, khi Baby đưa Haruto và bà của cậu xuống. Tóc Sobo dựng đứng như thể cô vừa chạm vào ổ điện.

Khi bà của Haruto không nói được lời nào, Samantha dẫn bà vào phòng của mình. "Haruto ngủ trong phòng tôi," cô nói.

"Được, tôi sẽ quay lại ngay." Cô đi dọc hành lang đến phòng của E-Z.

"Sao rồi?" E-Z hỏi Haruto.

"Subarashi!" cậu bé reo lên, nghĩa là "Tuyệt vời!"

"Hôm nay chúng ta đã nhận được một chiếc giường gấp và một số giường tầng," Sam nói, 'vậy Haruto, Charles và Lachie sẽ ở cùng E-Z và Alfred trong phòng của họ. Alfred sẽ ngủ ở cuối giường của E-Z."

"Cảm ơn,' E-Z nói khi họ đi về phòng. 'À, mà này,' anh nói khi chỉ còn hai người, "có ai gặp rắc rối trên đường về không?"

Alfred nói họ không sao.

"Còn cậu, Lia?" anh hỏi trong đầu.

"Không."

"Vậy chuyện gì đã xảy ra?" Alfred hỏi.

"À, chúng tôi có một quả cầu lửa bốc cháy theo sau." Lia thốt lên.

"Nhưng nhờ Baby phản ứng nhanh, nó đã bị tiêu diệt."

"Làm sao anh ấy có thể tiêu diệt nó?" Alfred tò mò.

"Baby nuốt nó vào bụng, rồi nhả ra biển."

"Điều đó thật đáng sợ," Haruto nói.

"Tôi vẫn hơi lo cho Baby," E-Z nói, "vì trên đường về tôi thấy anh ấy ho và hắt hơi vài lần."

Lachie nói: "Có tia lửa bay ra từ miệng và mũi anh ấy. Anh ấy nói mình ổn, nhưng tôi sẽ theo dõi anh ấy kỹ hơn."

"Chúng ta không thể đưa nó đến bác sĩ thú y bây giờ, phải không?" Alfred nói.

Haruto cười lớn.

"Có gì vui vậy?" E-Z hỏi.

"Hyoryu Doragon," anh ta nói. 'Hyoryu Doragon!' – có nghĩa là bác sĩ thú y rồng – và anh ta lại cười lớn.

Alfred và E-Z nhún vai, Charles cũng vậy, rồi anh đổi chủ đề bằng cách hỏi mọi người có nghĩ nên đặt tên mới cho đội của họ không, vì bây giờ đã có bảy người thay vì ba.

"Có lẽ," E-Z nói.

"Đặc điểm chính của chúng ta là gì?" Charles hỏi.

"Lời hứa," Haruto đề nghị, sau khi đã bình tĩnh lại và ngừng cười.

"Khát vọng," Charles nói.

"Niềm tin," E-Z nói.

"Hy vọng," Alfred nói.

Samantha nghe ngóng bên ngoài cửa trong vài phút. Mọi thứ nghe có vẻ thân thiện, nên cô quay lại nói chuyện với bà của Haruto.

"Haruto đang làm quen với các cậu bé khác và họ đang trò chuyện. Bạn có thể chuyển cậu ấy vào đây vào ngày mai nếu muốn. Cậu ấy có giường riêng trong đó. Họ đang lên kế hoạch đặt tên mới cho đội siêu anh hùng của mình – nên tôi không muốn làm gián đoạn buổi brainstorming của họ."

Bà của Haruto gật đầu, "Cảm ơn."

Lia và Brandy giờ đây cũng tham gia vào cuộc trò chuyện từ phòng này sang phòng khác.

"Sức mạnh x 7," các cô gái đề xuất.

"À, cô ấy đôi khi có thể đọc suy nghĩ của chúng ta," E-Z xác nhận.

Charles reo lên, "Còn PAFHS7 thì sao?"

"Tôi thích cái đó," E-Z nói, "nhưng chúng ta có quên hai thành viên quan trọng của đội không? Ý tôi là Little

Dorrit và Baby. Họ là thành viên không thể thiếu và đã cứu chúng ta vài lần rồi."

Alfred lặp lại lời nói, Haruto cũng vậy.

"Còn PAFHS9 thì sao!" Lia và Brandy đồng thanh.

PAFHS9 không thể kìm được cười – cho đến khi họ nghe thấy tiếng bước chân trên mái nhà phía trên đầu họ.

"Đó là cái quái gì vậy?" E-Z hỏi.

"Yoo-hoo! Là chúng tớ đây!" Raphael nói. "Eriel và tớ."

10
Ruckus trên mái nhà

Sam tự hỏi liệu Giáng sinh có đến sớm không, khi anh ta bước ra ngoài trong bộ áo choàng tắm để điều tra tiếng ồn trên mái nhà. Anh ta không thể nhìn thấy ai ở trên đó, cho đến khi anh ta đứng giữa sân trước nhà.

"Suỵt!" anh ta thì thầm. "Chúng tôi vừa đưa lũ trẻ đi ngủ."

Các thiên thần không trả lời. Thay vào đó, họ cúi đầu như hai đứa trẻ bị mắng.

"Các ngài có muốn vào trong không?" anh hỏi.

"Cảm ơn, rất nhiều," Raphael trả lời.

POOF

POW

Cô ấy và Eriel biến mất.

Sam không di chuyển khỏi sân ngay lập tức. Chân anh ướt sũng vì sương trên cỏ, và khi anh nhét nắm đấm vào túi áo choàng, anh thấy Little Dorrit và Baby đang bay lượn quanh nhà.

"Mọi thứ có ổn không ở dưới đó?" Little Dorrit hỏi.

"Vâng," Sam nói, 'nhưng đừng đi quá xa phòng hờ. Tôi sẽ huýt sáo nếu cần giúp đỡ.' Anh vẫy tay, rồi bước vào nhà, nơi giờ đây đã đầy tiếng nói và tiếng ghế kéo. Anh nghiến răng và hy vọng hai đứa trẻ đang ngủ say. Trong bếp, anh nhận ra mọi người đều đã thức dậy và đi lại, ngoại trừ bà của Haruto.

Raphael, người đang ngồi đầu bàn, trông giống như người phụ nữ mặc trang phục y tá tại khách sạn khi Alfred được cứu sống. Chiếc váy dài, bay bổng như áo tốt nghiệp của cô khiến cô trông như một giáo sư hoặc thẩm phán ngồi trên ghế.

Eriel, ngược lại, đã thay đổi ngoại hình để trông giống một ca sĩ đã qua đời, người nổi tiếng với phong cách ăn mặc toàn đen từ đầu đến chân, bao gồm cả kính râm viền đen.

"Chúng ta cần thêm ghế không?" Samantha hỏi.

"Tôi nghĩ là đủ rồi," Sam nói. "Tôi hy vọng chuyện này không kéo dài quá lâu. À, và E-Z, cậu ngồi đầu bên kia

bàn vì cậu là người được bầu làm lãnh đạo của chúng t
a."

"Ừ, cảm ơn," E-Z nói rồi di chuyển đến vị trí của mình.
"Vậy, hai người đang làm gì ở đây vào giữa đêm thế
này?"

Brandy cười, "Và ai nói tôi là người vô lễ?"

Lia nói, "Suỵt."

Raphael liếc nhìn từng đứa trẻ. Đây là lần đầu tiên
cô thấy Haruto, Charles, Brandy và Lachie. Chúng đều
còn rất nhỏ, nhưng lại vô cùng dũng cảm. Mắt cô ướt
nhòe khi ánh mắt dừng lại trên E-Z. Cô cúi đầu.

E-Z chờ đợi, rồi nhận ra Raphael đang xin phép cô
cho phép cô nói. Anh gật đầu.

Trước khi nói, Raphael chỉnh lại cặp kính mới. Hành
động đó khiến E-Z cũng chỉnh lại cặp kính cũ của mình,
thứ mà anh ta chưa bao giờ tháo ra khỏi mặt theo yêu
cầu của chủ nhân cũ.

Charles, người vốn rất kiên nhẫn nhưng lúc này lại
trở nên sốt ruột, hỏi: "Thưa bà, tại sao tôi lại ở đây với
tư cách một cậu bé mười tuổi trong khi tôi có thể hữu
ích hơn nhiều cho đội này nếu là một người trưởng t
hành."

"IM LẶNG!" Eriel hét lên, đập tay xuống bàn. 'Chúng
ta đang nói chuyện. Hãy nói đi, chị, vì lũ trẻ đang ngày

càng sốt ruột. Mắt chúng đang lia lịa khắp phòng. Như thể chúng mong chị ném chúng vào nồi sáp nóng!"

"Thô lỗ!' Brandy hét lên. 'Tôi không sợ ông!"

"Suỵt,' Lia thì thầm.

Charles mỉm cười với Brandy.

"Các ngươi nên sợ," Eriel nói với vẻ mặt cau có. 'Rất sợ."

"Trật tự! Trật tự!' Raphael hét lên và chờ cho đến khi tất cả ngồi xuống và bình tĩnh hơn. 'Chúng ta có mặt ở đây tối nay vì LỢI ÍCH CỦA CÁC NGƯỜI.' Raphael nói to hơn dự định.

"Đúng! Đúng!" Eriel xen vào.

"Làm sao vậy?" E-Z hỏi.

"Cô ấy sẽ nói nếu các ngươi im lặng!" Eriel khẳng định.

Raphael lại chờ một lúc trước khi nói tiếp.

"Không có thời gian cho những kế hoạch hoa mỹ hay chậm trễ. Những Furies đang gây hỗn loạn, ngày càng tồi tệ hơn mỗi ngày bằng cách cướp bóc Soul Catchers. Chúng ném những linh hồn cũ ra ngoài khoảng không vô tận. Đó là hỗn loạn hoàn toàn! Và chúng đang tạo ra nhiều hơn mỗi giây, mỗi phút, mỗi giờ của mỗi ngày. Nói tóm lại, chúng phải bị ngăn chặn. Ngay lập tức."

"Nhưng..." Alfred nói, 'bạn thậm chí còn không đề cập đến trẻ em."

Eriel đứng dậy khỏi ghế. Anh ta nhìn chằm chằm vào Alfred, buộc anh ta phải quay đi. 'Cô ấy chưa nói xong."

Raphael tiếp tục mà không do dự lần này.

"Chúng tôi, Eriel và tôi, ở đây để đưa ra lời khuyên – mà không trực tiếp tham gia. Nhiệm vụ của chúng tôi là giúp các bạn, giúp chính các bạn cứu những đứa trẻ."

E-Z không thích điều này, không một chút nào. Anh đập tay xuống bàn.

"Chúng ta đã đồng ý chiến đấu với The Furies. Trước tiên, chúng ta phải chuẩn bị sẵn sàng, lập kế hoạch. Khi đã sẵn sàng, chúng ta sẽ tiêu diệt chúng. Nếu các ngươi đến đây để thúc ép chúng ta, để đẩy chúng ta vào trận chiến trước khi thời điểm thích hợp, thì với tư cách là người được bầu làm lãnh đạo, ta muốn rút lui. Chúng ta chỉ là trẻ con mà ngươi lại bắt chúng ta liều mạng. Ta không, chúng ta không, sẵn sàng tiến lên cho đến khi chúng ta hoàn toàn chuẩn bị."

Lia đứng dậy và bắt đầu vỗ tay, phần còn lại của đội cô cũng theo sau.

"Đúng như anh ấy nói," Alfred thì thầm, vì thiên nga không thể vỗ tay.

"Chờ đã!" Raphael nói. "Chúng tôi không ở đây để ép buộc các bạn, chúng tôi ở đây để giúp đỡ các bạn."

Màu da của Eriel chuyển từ trắng sang đỏ, tương phản mạnh mẽ với bộ trang phục đen của anh ta. E-Z và những người khác nhìn chằm chằm, khi khuôn mặt của thiên thần trưởng tiếp tục ửng đỏ, sợ rằng đầu anh ta có thể nổ tung.

"Hãy bình tĩnh và ngồi xuống!" Raphael ra lệnh. Eriel hít thở sâu vài lần, rồi từ từ ngồi xuống ghế.

Raphael vẫn giữ bình tĩnh, đầu ngẩng cao. Cô đẩy ghế ra sau và đứng dậy. Cô tiếp tục đứng thẳng cho đến khi cao hơn tất cả mọi người. Cô ổn định tư thế, như đang ngồi trên một tấm thảm bay, và nghiêng đầu sang phải như đang chụp ảnh selfie.

"Chúng tôi cam kết với ngài và nhiệm vụ này, nhưng sức mạnh của chúng tôi có giới hạn. Nếu ngài quen với câu nói, 'chúng tôi ở đây vì ngài bằng tinh thần' – thì đó chính là chúng tôi. Hôm nay chúng tôi đã phá vỡ mọi quy tắc, đến đây nhà ngài. Chúng tôi làm điều này trái với lời khuyên của cấp trên và trái với lẽ thường.

"Bằng việc đến đây, chúng tôi đã tự đặt mình vào nguy hiểm không lường trước, nhưng bạn đáng giá rủi ro đó. Đó là lý do chúng tôi quyết định đến đây và đề nghị giúp đỡ trực tiếp."

"Ngoài ra, chúng tôi hiểu rằng bạn đang lập kế hoạch và chúng tôi ở đây để lắng nghe ý kiến của bạn. Bạn có thể thử nghiệm kế hoạch trên chúng tôi, xem nó có khả thi không. Nếu chúng tôi phát hiện ra bất kỳ điểm yếu nào, chúng tôi sẽ chỉ ra và giúp bạn."

E-Z liếc nhìn các thành viên trong đội, những người đã ngồi xuống lại. "Chúng tôi đang xem xét phương án kéo các nữ thần vào một trò chơi và đánh bại họ ở đó."

"À, tôi hiểu," Raphael nói. "Các anh tin rằng có thể đánh bại họ trong chính trò chơi của họ, nói cách khác, khá thông minh. Rất thông minh, nhưng không đủ thông minh, tôi e là vậy."

"Anh có ý gì?"

"Họ đã tìm ra cách điều khiển và kiểm soát tất cả người chơi trong thế giới game. Họ biết mọi mánh khóe – vì ngành công nghiệp đã làm cho điều đó trở nên dễ dàng một khi bạn đã vào game. Để chơi, bạn phải giết. Để tiến lên, bạn phải giết. Để thắng, bạn phải giết.

"Trong thế giới game E-Z, bạn cũng phải giết. Một khi bạn làm vậy, bạn sẽ trở thành mục tiêu của The Furies. Họ có thể bắt từng người một. Bạn không thể đứng vững như một đội ở đó. Các đội trong game chỉ là ảo ảnh. Không một người chơi nào được miễn trừ khỏi kế hoạch trả thù của họ.

"Hãy nhớ, các nữ thần có một mệnh lệnh – đó là trừng phạt những kẻ chưa bị trừng phạt. Và họ đang tuân theo nó một cách tuyệt đối, không có ngoại lệ. Tuy nhiên, họ đang tận dụng một kẽ hở để lợi dụng. Không gì có thể ngăn cản họ – miễn là họ tuân theo mệnh lệnh." Cô dừng lại và liếc nhìn Eriel, "Có gì muốn thêm không?"

"Nếu là tôi," anh ta nói, "tôi sẽ tấn công họ trực diện ở nơi rộng rãi. Ở nơi và thời điểm họ ít ngờ tới nhất. Điều đó sẽ đặt bạn vào vị thế quyền lực và khiến họ trở nên dễ bị tổn thương."

"Đó là nếu họ không thấy chúng ta, hoặc cảm nhận được chúng ta đang đến," Brandy nói. "Tôi vẫn không hiểu làm thế nào họ có thể giết những đứa trẻ. Chúng ta phải chứng kiến điều đó để hiểu và biết mình đang đối mặt với gì. Tôi đã nói sẽ giúp, nhưng tôi definitely mong đợi thông tin cụ thể hơn."

"E-Z," Raphael hỏi, "Anh có sẵn sàng trả lại kính cho tôi không? Chỉ trong chốc lát? Với chúng, tôi có thể cho anh xem kỹ thuật của The Furies. Cách họ giam giữ trẻ em trong trò chơi theo thời gian thực. Brandy nói đúng, thấy mới tin, nhưng tôi không thể làm điều đó mà không có cặp kính gốc. Chỉ anh mới có thể quyết định. Nếu anh thật sự muốn thấy. Nếu anh thật sự muốn biết."

"Hay đấy," Brandy nói. 'Hãy bắt đầu đi, E-Z."

Eriel liếc nhìn trần nhà. 'Ophaniel đã triệu hồi tôi. Tôi phải đi ngay bây giờ." Anh cúi đầu chào.

ZIP

Anh biến mất vào màn đêm.

E-Z tháo cặp kính đỏ ra, gấp lại rồi đưa cho Raphael, người vẫn đang lơ lửng trên bàn. Khi cô với tay lấy, cặp kính bay vào tay cô.

Raphael tháo cặp kính mới, lau chùi cặp kính cũ rồi đeo lên mặt. Cô mỉm cười, khi cô và mọi người trong phòng nhìn thấy máu di chuyển xung quanh gọng kính theo kiểu rắn, như thể nó đang làm quen lại với cô.

Khi máu trong kính đã trở lại dòng chảy của Raphael, cô đeo chúng lên mặt rồi chỉ tay về phía tường. Những ánh sáng chói lóa mạnh mẽ phát ra từ kính của cô, giống như trong rạp chiếu phim.

"Trước khi bắt đầu," Raphael nói, "điều này không dành cho những người yếu tim. Những gì các bạn sắp thấy được xếp hạng Người lớn. Tôi không nghĩ Haruto nên xem."

Samantha nói: "Đi nào Haruto. Chúng ta có thể xem tivi ở phòng bên."

Hai người rời đi. Và chương trình bắt đầu.

Trên màn hình là một cậu bé nhỏ. Khoảng bảy hoặc tám tuổi. Mặc dù là giữa đêm, cậu vẫn ngồi trước máy tính. Trên đầu cậu là tai nghe. Trước miệng cậu là một micro nhỏ gắn vào mũ bảo hiểm.

"Bắt được rồi!" cậu bé nói. 'Tôi chỉ cần giết thêm một người nữa là lên cấp tiếp theo."

HHIIIIIIIIISSSSSSSSSSS.

Và họ cũng nghe thấy tiếng đó.

'Mày là kẻ sát nhân!"

"Chỉ có những đứa trẻ hư mới giết người – và mày là một đứa trẻ hư. Mẹ mày có biết mày là loại kẻ sát nhân hư hỏng như thế nào không?"

"Tôi đang chơi game," anh ta nói. 'Đây chỉ là game và nếu tôi không giết, tôi không thể tiến lên."

"Thằng bé đáng thương,' E-Z nói.

Im lặng.

Cậu bé tiếp tục chơi game. Sắp đến lúc anh ta phải giết lần nữa. Lần này anh ta do dự.

"Tiếp đi. Mày đã giết một lần, mày biết nó vui mà, nên cứ tiếp tục và giết lần nữa. Mày biết mày muốn làm thế."

"Không!" anh ta nói.

"Không sao đâu. Chỉ cần một lần là đủ!"

Rồi tiếng rít lại trở nên rất to, to hơn, to hơn nữa.

"Dừng lại!" anh ta hét lên.

"Dừng lại, Raphael!" Lia hét lên.

"Ta không thể," thiên thần trưởng trả lời. "Ngươi đã nói muốn xem họ làm thế nào. Nếu ai trong số các ngươi quá sợ hãi, hãy rời khỏi phòng hoặc che mắt lại. Brandy đã đúng, các ngươi phải tự mình chứng kiến. Cho đến nay, ta cũng chưa từng thấy."

HHIIIIIIIIISSSSSSSSSSS.

Tiếp đi. Các ngươi đã giết một lần, các ngươi biết nó thú vị, vậy hãy tiếp tục và giết lần nữa. Các ngươi biết các ngươi muốn làm điều đó."

Tiếp đi. Các ngươi đã giết một lần, các ngươi biết nó thú vị, vậy hãy tiếp tục và giết lần nữa. Các ngươi biết các ngươi muốn làm điều đó."

Tiếp đi. Các ngươi đã giết một lần, các ngươi biết nó thú vị, vậy hãy tiếp tục và giết lần nữa. Các ngươi biết các ngươi muốn làm điều đó."

"La, la, la, la," cậu bé hát. Cố gắng chặn những tiếng nói đó.

"Hắn đã điên rồi," người bạn cũng đang chơi game nói. "Tao đi đây. Gặp mày ở trường mai nhé, Tommy."

"La, la, la, la!" Tommy tiếp tục hát.

Nhịp tim anh ta đập loạn xạ. Tim anh ta đập nhanh hơn. Nó đập thình thịch, như muốn vỡ tung ra khỏi lồng ngực. Anh ta không thể thở được. Anh ta cố đứng dậy, nhưng hai chân run rẩy như bột.

Anh ta nghe thấy một giọng nói trong đầu. Giọng nói đó giống như giọng của mẹ anh ta, nhưng không phải.

"Chúng tôi thật xấu hổ vì con, Tommy. Chúng tôi không xứng đáng có một kẻ sát nhân làm con trai!"

Một giọng nói thứ hai, nghe giống giọng cha anh.

"Con trai chúng ta không phải là kẻ giết người, mày là ai? Mày không phải con trai chúng ta."

Tommy khóc nức nở.

"Ta là kẻ giết người," anh nói khi ngã xuống ghế và co ro thành một cục trên sàn.

Bây giờ từ màn hình, hai giọng nói nữa. Anh trai Alex, em gái Katie của anh, đang hát một bài hát cùng cha mẹ, một bài hát được hát theo giai điệu của một bài hát thiếu nhi nổi tiếng về cây dâu tằm. Phiên bản của họ như sau:

"Tommy là một kẻ giết người; kẻ giết người, kẻ giết người, kẻ giết người, Tommy là một kẻ giết người, Và chúng tôi không yêu anh nữa."

Tommy đáng thương giờ đây hoàn toàn cô độc.

"Đừng bỏ cuộc," Lia hét lên, dù cô biết anh không thể nghe thấy.

Trên sàn nhà, cuộn tròn thành một quả bóng, anh tưởng tượng mẹ, cha, chị gái và anh trai đang nhảy múa xung quanh mình. Họ xoay quanh anh như những con kền kền xoay quanh con mồi.

"Tommy là một kẻ giết người; kẻ giết người, kẻ giết người, kẻ giết người, Tommy là một kẻ giết người, Và chúng ta không còn yêu anh ta nữa."

Trái tim nhỏ bé của Tommy tan vỡ. Nó đẩy mình ra khỏi cơ thể và bay đi.

Những con quỷ Furies bắt lấy nó và nhét vào một cái bẫy linh hồn. Chúng đóng sầm cửa lại.

Raphael tháo kính ra. Ngay lập tức, máy chiếu tường tắt ngóm. Khi cô đưa kính lại cho E-Z, một giọt nước mắt lăn xuống má cô.

Sự im lặng xung quanh bàn ăn trở nên đáng sợ.

"Họ khiến những phù thủy mà Shakespeare viết trong Macbeth trông còn hiền lành," Alfred nói.

"Tôi không thấy sức mạnh ngụy trang hay nói chuyện với động vật của mình có thể giúp gì, đặc biệt là chống lại họ," Lachie nói.

"Tôi sẽ giết một tên, chết, quay lại, giết tên thứ hai, chết, quay lại và giết tên thứ ba," Brandy nói. 'Hãy để tôi đối mặt với chúng!"

"Chờ đã,' E-Z nói. "Bây giờ chúng ta đã thấy, chúng ta cần thảo luận. Trước khi hành động. Có lẽ chúng ta nên bỏ phiếu lại? Sự tham gia của chúng ta phải nhất trí."

Sam nói. "Bạn không cần phải xấu hổ khi nói không. Không ai bổ nhiệm bạn làm cứu tinh của thế giới."

"Anh ấy đúng," Raphael nói. "Không ai bổ nhiệm bạn – nhưng không ai khác có thể làm điều đó."

"Tại sao các thiên thần không thể làm điều đó?" Brandy hỏi.

"Chúng tôi đã thử mọi cách chúng tôi biết và thất bại. Đó là lý do chúng tôi đến đây," Raphael nói. 'Và có một điều tôi muốn làm rõ với tất cả các bạn...Nếu bao giờ có lúc các bạn sợ rằng kết thúc đang đến gần, đó chính là lúc chúng tôi sẽ đến giúp các bạn."

"Làm sao các ngươi định giúp chúng ta khi vừa nói rằng các ngươi vô dụng?' Charles hỏi.

"Đó chính là điều tôi muốn hỏi," Brandy nói.

"Nếu, khi, ngày tận thế gần kề... các thiên thần trưởng sẽ được ban cho những sức mạnh khác. Cho đến khi chúng cần thiết, những sức mạnh đó đang ngủ say sâu trong lòng đất.

"Trong thời gian đó, E-Z, cậu biết những lời phép để triệu hồi Eriel đến bên cạnh mình. Những lời đó cũng sẽ đưa tôi đến, và những người khác nếu các cậu cần chúng tôi.

"Chúng ta sẽ đến. Chúng ta sẽ chiến đấu bên cạnh các ngươi. Nhưng xin đừng lãng phí lời triệu hồi. Để những sức mạnh cổ xưa thức tỉnh, phải có bằng chứng không thể chối cãi rằng sự diệt vong của loài người đã cận kề."

"Và nếu chúng ta gọi các ngươi, và những sức mạnh mà các ngươi nói sẽ có không đến. Thì sao?" E-Z hỏi.

"Thì chúng ta sẽ chết bên cạnh các ngươi."

E-Z đập mạnh hai nắm đấm xuống bàn.

"Thấy chúng hành động, máu tôi sôi sục. Chúng ta phải đánh bại chúng."

"Đúng! Đúng!" Charles hét lên.

"Nhưng trước tiên," Sam nói, "các ngươi phải nói cho những đứa trẻ này biết trước khi gửi chúng vào trận chiến. Hãy nói cho chúng biết chính xác cách các ngươi và các thiên thần khác đã cố gắng đánh bại The Furies."

"Chúng ta đã đặt bẫy cho chúng khi phát hiện chúng quay lại. Bẫy đó đã phản bội chúng ta, tiết lộ vị trí của chúng ta, và sau đó chúng di chuyển đến Thung lũng Tử Thần. Thung lũng Tử Thần bây giờ là khu vực cấm đối với các thiên thần trưởng."

"Khu vực cấm? Ai đã làm điều đó?"

"Đó là câu hỏi tôi không thể trả lời. Tất cả những gì tôi biết là, một đội thiên thần trưởng vô cùng mạnh mẽ đã không thể phá vỡ các rào cản bảo vệ mà chúng đã thiết lập."

"Chỉ vậy thôi?" Brandy hỏi. 'Đó là tất cả những gì các ngươi đã làm, và bây giờ các ngươi muốn chúng ta tiếp quản? Thật sao?"

Raphael đặt tay lên hông, 'Chúng ta là các thiên thần trưởng và sức mạnh của chúng ta trên Trái Đất bị giới hạn." Cô cười, "Sức mạnh của chúng ta ở nơi khác cũng bị giới hạn."

"Được rồi, được rồi," E-Z nói. "Chúng ta hiểu. Chúng ta không có lựa chọn, nhưng hãy để chúng ta lo."

"Được rồi," Raphael nói. "Nhưng trước khi đi, Charles, tôi muốn trả lời câu hỏi của anh. Các thiên thần trưởng không triệu hồi hay giải phóng anh. Chúng tôi tin rằng sự hiện diện của anh ở đây là tình c ờ.

"Chúng tôi cũng không nghĩ The Furies biết về anh. Có thể anh là một vũ khí bí mật. Anh có thể có sức mạnh to lớn bên trong mình.

"Anh đã nói, anh ước mình được đưa trở lại dưới hình dạng một người đàn ông trưởng thành. Tuổi của anh hiện tại rất quan trọng. Chúng tôi tin rằng trẻ em nắm giữ tương lai của nhân loại trong tay. Chỉ có trẻ em mới có thể đánh bại cái ác thuần túy."

"Nhưng tại sao chỉ có trẻ em?" Charles hỏi.

"Bởi vì chúng sinh ra với trái tim trong sáng," Raphael nói.

Charles ngồi thẳng người hơn trên ghế.

Raphael tiếp tục, "Charles Dickens, đừng sợ thử nghiệm và khám phá bản thân thật sự của mình. Trong anh có thể có một cánh cửa mà chỉ anh mới có thể mở. Một chìa khóa.

"Sự tồn tại của dòng máu giữa ngươi, E-Z và Sam là điều quan trọng. Đừng sợ hãi, hãy liều mình để tìm ra chìa khóa đó. Ngươi ở đây để giúp cứu nhân loại. Điều đó không còn nghi ngờ gì nữa. Hãy sử dụng thời gian ở đây một cách khôn ngoan. Hãy tạo ra sự khác biệt."

Charles khóc nức nở vì đến lúc này, anh cảm thấy mình vô dụng. Những người khác an ủi và trấn an anh.

"Chúc may mắn cho tất cả các bạn," Raphael nói.

POW.

Và cô ấy biến mất.

"Khi chúng ta sống sót qua điều này," Lia nói, "và chúng ta sẽ sống sót, chúng ta sẽ tổ chức bữa tiệc chiến thắng lớn nhất từ trước đến nay."

"Charles," E-Z nói. "Nếu Raphael đúng, bạn có thể là thành viên quan trọng nhất của đội. Hãy dành thời gian để tự suy ngẫm."

"Làm thế nào để tự suy ngẫm?" anh hỏi.

"Thiền là một cách," Brandy nói.

"Hoặc đi dạo trong thiên nhiên," Lachie nói.

"Thời gian một mình, chỉ suy nghĩ," Alfred đề nghị.

"Hãy đi ngủ và tiếp tục cuộc trò chuyện này vào sáng mai," E-Z nói.

"Tôi không nghĩ mình sẽ ngủ được sau khi xem Tommy đáng thương," Lia nói. "Nó còn tồi tệ hơn tôi tưởng."

"Đúng vậy, Tommy tội nghiệp," Alfred đồng ý.

"Vậy mọi người vẫn tham gia chứ?" E-Z hỏi.

"AYEs" vang lên từ mọi người.

"Còn Haruto thì sao?"

"Tôi nghĩ anh ấy vẫn sẽ tham gia," E-Z nói, "nhưng tôi sẽ giải thích mọi thứ cho Sobo, và cô ấy có thể thảo luận với anh ấy. Tôi hoàn toàn hiểu nếu họ quyết định rút lui."

"Tôi không nghĩ họ sẽ làm thế," Samantha nói. 'Haruto đang ngủ. Cậu ấy cảm thấy xấu hổ vì còn quá nhỏ để chứng kiến những gì các bạn thấy. Như thể cậu ấy không phải là một thành viên thực sự của đội."

"Bạn đã làm đúng khi đưa cậu ấy ra khỏi phòng,' Sam nói. 'Những gì chúng ta chứng kiến thật kinh hoàng."

"Tôi đồng ý,' E-Z nói.

Charles nói: "Vậy là tất cả vì một và một vì tất cả. Giống như trong The Three Musketeers."

"Tôi luôn yêu cuốn sách đó!" Alfred nói.

Ngay cả trong những tình huống tồi tệ nhất, sách luôn gắn kết mọi người lại với nhau. Mỗi thành viên của PAFHS9 hy vọng rằng đó là điều duy nhất trên thế giới sẽ không bao giờ thay đổi.

11
DEJA VU

E-Z và Sam không còn nhiều thời gian riêng tư nữa, nhưng cả hai đều không phàn nàn về điều đó. Samantha lo lắng họ đang dần xa cách và quyết tâm sửa chữa mọi thứ bằng cách bất ngờ mời họ đến Ann's Café để thưởng thức bữa sáng sớm.

Họ đến nhà bếp cùng lúc – vì cả hai đều nhận được tin nhắn yêu cầu mặc đồ và đến nhà bếp ngay lập tức.

"Có chuyện gì vậy?" Sam hỏi.

"Sao vậy?" E-Z hỏi lại.

"Không có gì đâu," Samantha nói. "Hai người có đặt chỗ ở Ann's nên hãy đến đó ngay lập tức – trước khi mọi người thức dậy và muốn tham gia cùng các bạn."

Sam hôn vợ.

"Tôi nghĩ đã đến lúc hai người cũng nên ăn sáng cùng nhau."

E-Z ôm chặt Samantha.

"Chúng ta sẽ tự đi đến đó?"

"Chắc chắn rồi, chú Sam."

Sam cầm balo có laptop bên trong và họ đi ngay.

Đó là một buổi sáng xuân đẹp trời, tiếng chim hót vang vọng trên đường đến quán cà phê.

"Vợ anh thật đặc biệt."

"Đúng vậy, cô ấy là một trong triệu người."

Chẳng bao lâu, họ đến quán cà phê. Quán gần như vắng tanh, và Ann không thấy đâu, nhưng E-Z nhận ra em gái mình, Emily. Anh chưa gặp cô từ khi còn là một đứa trẻ.

"Em không thay đổi nhiều," Emily nói, ôm chầm lấy anh.

"Em cũng vậy," E-Z nói, giọng bị nghẹn vì cô đang ôm anh chặt trong chiếc áo len dày. "Và đây là chú Sam."

"Tôi thấy giống lắm," Emily nói, bắt tay anh thật chặt. 'Tôi có bàn hoàn hảo cho hai người, theo tôi."

Khi họ đi qua bàn quen thuộc, anh do dự và liếc nhìn chú Sam. 'Chúng ta ngồi bàn này được không, Emily?"

"Được chứ!" Emily nói, bày đồ ăn và đưa menu. "Cà phê?" Sam gật đầu, cô rót cho anh một tách cà phê nóng hổi.

"Anh sẽ gọi món thường không?" cô hỏi E-Z. 'Em gái tôi đã nói cho tôi biết họ thường gọi gì."

"Chắc chắn rồi."

"Và đó là một ly sữa lắc sô-cô-la đặc, phải không?"

Cô đoán đúng.

"Còn anh, Sam?' cô hỏi. 'Hôm nay anh sẽ gọi gì?"

"Cho tôi hai phần giống như cháu trai tôi,' anh nói, "nhưng không cần sữa lắc đặc. Cà phê là đồ uống duy nhất tôi cần sáng nay."

"Được rồi!" cô nói, rồi đi vào bếp.

Sam mở laptop, rồi lại đóng lại.

"Thật tuyệt khi đến một nơi mọi thứ luôn như cũ," E-Z nói.

"Tôi nên đưa Sam và hai đứa trẻ đến đây một ngày gần đây. Tôi muốn ủng hộ các doanh nghiệp địa phương và đây là một ví dụ tốt cho Jack và Jill."

"Chắc chắn rồi. Nơi này chỉ có những kỷ niệm đẹp với tôi," E-Z nói. 'Nhưng một ngày nào đó tôi sẽ liều mình thử món khác. Tôi phải làm gương cho các anh em họ, phải không?"

Sam cười, rồi nhấp một ngụm cà phê. Một giây sau, Emily đi ngang qua và rót đầy cốc cho anh. 'Cô ấy như có mắt sau gáy vậy."

E-Z cười. Đầu óc anh đang xoay quanh một chủ đề anh muốn thảo luận: The Furies. Tuy nhiên, anh không muốn đi sâu vào cuộc trò chuyện nặng nề ngay lập tức.

"Vậy. Vợ tôi sẽ phải nấu ăn cho cả nhà khi mọi người dậy."

"Sobo sẽ giúp."

"Đúng vậy, nhưng tôi không nghĩ chúng ta nên lợi dụng. Tôi muốn chúng ta có thể làm lại nếu anh hiểu ý tôi?"

"Chắc chắn. Vậy, chúng ta bắt đầu thôi."

Sam mở laptop ra lần nữa. Lần này anh bật máy và gõ vào công cụ tìm kiếm:

Cách đánh bại The Furies.

E-Z gật đầu, ly shake của anh được đặt trước mặt. Anh lập tức cố uống một ngụm shake đặc quánh, nhưng nó quá đặc để có thể chảy qua ống hút – chính xác là thứ anh thích. "Có gì hữu ích không?"

"Nó nói Erinyes – hay The Furies – chỉ có thể được xoa dịu bằng nghi lễ thanh tẩy."

"Ý nghĩa của điều đó là gì?"

"Tôi nghĩ nó có nghĩa là bạn phải thực hiện một hành động – theo yêu cầu của họ, như một hình thức chuộc tội."

"Chuộc tội có nghĩa là sám hối phải không? Tôi không thích nghe điều đó," E-Z nói. "Chúng ta chưa làm gì để chuộc lỗi với họ cả."

"Nó cũng có thể nghĩa là Cứu chuộc. Bồi thường. Đền bù. Hoàn trả."

"Bốn chữ R, nghe hay đấy nhưng tôi vẫn hỏi chúng ta sẽ trả lại gì cho họ?"

"Hãy nghĩ ngoài khuôn khổ," Sam nói. 'Nếu bạn có thể làm gì đó để khuyến khích họ rời đi và để trẻ em và những kẻ bắt hồn yên ổn?"

E-Z cười. 'Nếu có cách, đó sẽ là hoàn hảo. Nhưng quá dễ dàng."

Sam gãi đầu. "Ở đây nói rằng The Furies trừng phạt nam nữ vì tội lỗi sau khi chết và trong cuộc đời họ. Đó chính là điều họ đang làm bây giờ – trẻ em chứ không phải người lớn. Tôi không biết điều đó."

"Điều tôi không hiểu là tại sao. Tại sao họ quay lại bây giờ? Điều gì đã thay đổi..."

"Đó đều là những câu hỏi hay mà tôi không thể trả lời," Sam nói. 'Nhưng, ồ, đây là điều thú vị. Nó nói rằng với tư cách là Nữ thần Số phận, họ đã ngăn con người biết về tương lai."

"Cụ thể thế nào?"

"Nó không nói,' Sam nói, đúng lúc Emily quay lại để rót thêm cà phê cho anh. 'Chỉ một chút thôi,' anh nói. Anh sợ mình sẽ bay về nhà nếu uống thêm cà phê.

"Bữa sáng của anh sẽ sẵn sàng ngay," cô nói. 'Hy vọng anh đói!"

"Chúng tôi chắc chắn là đói,' E-Z nói, cố gắng uống ly sinh tố đặc của mình và thành công trong việc đưa một ít qua ống hút.

Emily mỉm cười, rồi đi chào đón một số khách hàng mới.

"Trước đây," Sam nói, 'tôi chưa từng nghe nói đến The Furies. Theo cả thần thoại Hy Lạp và La Mã, chúng là những linh hồn của công lý và báo thù. Tên khác của chúng là Erinyes, nghĩa là 'những kẻ giận dữ'." Anh lướt xuống. "Tôi thấy một vài đề cập trong thế giới game. Không có tính từ nào mô tả chúng mâu thuẫn với những gì chúng ta đã biết, tức là The Furies là những sinh vật ác độc, tàn nhẫn và không thương xót."

"Tôi ước PJ và Arden quay lại với chúng ta. Với kiến thức về trò chơi của họ, tôi cá là họ sẽ biết phải làm gì. Từ khi mất họ, tôi luôn tự trách mình vì đã mất liên lạc. Tất cả chỉ vì tôi quá mải mê với việc trở thành siêu anh hùng. Tôi thật sự nhớ những người đó."

"Họ không muốn bạn tự trách mình. Và tôi cũng nhớ được gặp họ."

Emily đặt thức ăn xuống bàn, "Thưởng thức đi!" cô nói.

E-Z và Sam ăn ngấu nghiến, không nói gì trong một lúc. Sau những tiếng nhai ngon lành, họ tiếp tục cuộc trò chuyện.

"Tôi đang nghĩ về kế hoạch – đánh bại họ trong trò chơi. Nghe có vẻ hay – hoặc ít nhất là chúng ta nghĩ vậy cho đến khi Raphael nói khác. May mà cô ấy nói thẳng thắn, nếu không... ừm, tôi thậm chí không dám nghĩ đến điều gì có thể xảy ra với lũ trẻ."

"Dù sao, tôi vẫn nghĩ The Furies phải có điểm yếu. Anh còn nhớ câu chuyện đó không?"

"Tôi nhớ. Nếu chúng có điểm yếu, tôi không biết đó là gì. Chúng ta biết chúng cũng là con người như chúng ta. Nếu chúng có thể chết như chúng ta, thì ít nhất đó là một sân chơi công bằng."

"Hãy tập trung vào điểm yếu của chúng một chút nữa: giận dữ, oán hận, báo thù."

"Đó chính là những điều họ trừng phạt người khác, vậy sao lại là điểm yếu của họ?" E-Z hỏi, vừa nhét một miếng bánh pancake vào miệng. 'Vậy thì tốt."

Sam gật đầu, 'Chắc chắn là vậy." Anh nhấp một ngụm cà phê. "Đúng vậy, điều đó có nghĩa là chúng ta có thể sử dụng chính những điều họ trừng phạt người khác để chống lại họ."

"Nhưng làm sao?"

"Điều đó tôi chưa biết – CHƯA."

"Chúng ta có thể cần nhiều hơn một buổi như thế này để giải quyết mọi việc," E-Z nói. Đĩa bánh pancake thứ hai của anh đã được đặt xuống bàn trước mặt anh.

"Ann vừa gọi và bảo tôi phải mang thêm một đĩa bánh pancake nữa cho anh," Emily nói.

"Cảm ơn. Và bảo Ann tôi hy vọng cô ấy sớm cảm thấy tốt hơn."

"Sẽ làm. Thêm cà phê không?"

Sam gật đầu, nên cô rót thêm cà phê cho anh. Khi Emily ra khỏi phòng, anh nói, "À, tôi ra ngay," rồi đi vào nhà vệ sinh.

E-Z quay màn hình về phía anh và gõ:

LÀM THẾ NÀO ĐỂ GIẾT CÁC FURIES?

Một số câu trả lời hiện lên, nhưng tất cả đều liên quan đến cách đánh bại ba nữ thần trong thế giới game.

Sam quay lại. "Tìm được gì không?"

"Không có gì hữu ích. Tuy nhiên, nó có đề cập rằng nguồn gốc của The Furies có thể tracing back to thời tiền sử."

"À, dòng dõi của Baby cũng có nguồn gốc rất xa xưa."

"Anh nên thấy cách anh ta nuốt chửng quả cầu lửa đó nhanh thế nào! Không hề do dự."

Khi họ kết thúc bữa ăn, họ cảm ơn Emily và ra về. Họ no đến mức không nghĩ mình sẽ ăn nữa.

"Thật vui khi được dành buổi sáng với các cậu," E-Z nói. "Cảm giác như xưa."

"Đúng vậy. Chúng ta nên làm lại sớm. Trong thời gian chờ đợi, hãy suy nghĩ kỹ hơn về những gì chúng ta học được hôm nay, vì như câu nói cũ - có chí thì có cách."

"Đúng, đúng, chú Sam. Đúng, đúng."

12
SAM

K hi họ trở về nhà, điều đầu tiên Sam làm là ôm chầm lấy vợ. Cô ấy rất vui khi thấy anh, nhưng tay cô đang bận rộn chuẩn bị bữa sáng.

"Rất vui vì anh đã thích nó," Samantha nói.

"Có gì tôi có thể giúp không?" Sam hỏi, trong khi đánh giá tình hình với hai đứa trẻ.

"Mọi thứ đều ổn," Samantha nói, trong khi phía sau cô, hai đứa trẻ đột nhiên khóc thét.

Chủ yếu là vì Haruto đã dừng lại một lúc khi đang chơi phiên bản "hon no piku" của mình, nghĩa là "trốn tìm". Trong phiên bản của Haruto, cậu bé làm mặt xấu, sau đó quay thật nhanh cho đến khi biến mất, rồi xuất hiện lại, và hai đứa trẻ cười khúc khích.

"Thật sáng tạo!" Sam nói, khi Lachie bước vào để tiếp quản vai trò giải trí.

Lachie lập tức bắt đầu một vài động tác bắt chước động vật và nhận được những tràng pháo tay nồng nhiệt từ hai đứa trẻ khi anh cười như một con kookaburra:

koo-koo-koo-kaa-kaa-KAA!-KAA!-KAA!

Sau đó đến lượt Charles kể câu chuyện của mình có tên "Ba tảng đá".

"Iwa?" Haruto nói, từ này có nghĩa là 'tảng đá'.

"Đúng," Charles nói, trong khi E-Z và Sam lùi lại cửa để nghe câu chuyện, còn Alfred, Sobo, Brandy, Lia và Samantha tiếp tục chuẩn bị thức ăn.

"Ngày xửa ngày xưa," Charles bắt đầu, "có một ngọn đồi cao vút trên eo biển Anh. Trên đó có rất nhiều, rất nhiều tảng đá. Thực ra, nhiều đến mức không thể đếm xuể.

"Vào một ngày đặc biệt, một chiếc xe tải lớn và nặng lăn lên đồi, kêu ken két và rít lên khi di chuyển. Khi đến đỉnh, nó triển khai một thiết bị nâng tảng đá, vật lộn với trọng lượng của từng tảng đá. Sau nhiều giờ, nó đã thu gom được nhiều tảng đá nhất có thể. Cho đến khi phần sau của xe tải đầy ắp. Nhưng không quá đầy. Quá tải có nghĩa là những tảng đá sẽ rơi khỏi xe tải khi nó di chuyển, điều này phải tránh bằng mọi giá.

"Xe tải đi xuống đồi. Nó đổ những tảng đá vào một xe tải lớn hơn. Một xe tải quá lớn để có thể leo lên đồi và không có cơ chế nâng. Khi xe tải nhỏ trống rỗng, nó lại leo lên đồi. Chẳng bao lâu, nó lại đầy tảng đá.

"Quá trình này được lặp lại nhiều lần cho đến khi xe tải lớn đầy ắp đến tận đỉnh. Tất cả những tảng đá còn lại phải được vận chuyển bằng xe tải nhỏ. Khi cả hai xe tải đều đầy, công việc nặng nhọc đã hoàn thành. Vậy là đến giờ ăn trưa. Những người đàn ông ăn bánh mì kẹp và uống trà nóng ngọt từ bình giữ nhiệt.

"Trên đỉnh vách đá, chỉ còn lại ba tảng đá cô đơn. Chúng cảm thấy buồn bã, vì đã mất đi bạn bè và cảm thấy bị bỏ rơi, không được cần đến, và rất tức giận cùng lúc. Cảm thấy quá nhiều cảm xúc cùng lúc có thể khiến người ta bối rối, nhưng chia sẻ cảm xúc với bạn bè có thể giúp đỡ, vì vậy ba tảng đá đã thảo luận về tình cảnh của mình."

"Họ đang làm gì với tất cả bạn bè của chúng ta?" tảng đá đầu tiên, tên là Rocky, hỏi.

"Tôi không biết," tảng đá thứ hai tên là Pebbles nói. 'Có lẽ họ cũng cần bạn bè ở nơi họ đến. Tôi sẽ rất nhớ họ."

"Không,' tảng đá thứ ba, già hơn và khôn ngoan hơn, tên là Craggy nói. "Họ không mang bạn bè của chúng ta đi để xem thế giới. Cũng không phải để làm bạn của họ. Các bạn không biết rằng họ nghiền nát chúng ta để làm đường sao?"

"Không!" Rocky và Pebbles hét lên. 'Họ không thể nghiền nát bạn bè của chúng ta thành bùn!"

"Tôi ước gì họ cũng mang tôi đi,' Craggy nói. "Tôi đã quá già để tiếp tục ngồi đây trong thời tiết khắc nghiệt. Những cơn gió dữ dội thổi xuyên qua lớp vỏ ngoài của tôi và tôi không ngại dành phần còn lại của cuộc đời mình làm con đường. Ít nhất thì tôi sẽ có mục đích."

"Mục đích?" Rocky kêu lên. 'Anh gọi việc bị nghiền nát và bị xe cộ cán qua mỗi ngày mỗi đêm là mục đích sao?"

"Tốt hơn là ngồi đây mãi mãi chỉ có ba chúng ta. Tôi chán ngán gió mưa và mọi thứ khác,' Craggy nói.

"Nếu cậu quyết tâm như vậy," Pebbles nói, "thì chỉ cần lăn mình xuống mép. Cậu sẽ rơi thẳng vào thùng xe tải bên dưới và đi cùng với những người bạn của chúng ta."

"Ôi, xa quá," Rocky nói khi lăn mình gần hơn đến mép. "Cậu thật sự muốn bỏ chúng tôi sao? Cậu không thể tìm ra mục đích nào bằng cách ở lại đây với chúng tôi sao? Chúng tôi cần cậu. Cậu già hơn và khôn ngoan h ơn."

Craggy tiến về phía mép và nhìn xuống. Đúng vậy, chiếc xe tải đang ở ngay đó. Một vài giọt mồ hôi chảy xuống. Đó có thể là mồ hôi, hoặc là nước mắt.

"Đó là một quãng đường rất dài," Craggy nói. 'Và không phải là điều đúng đắn nếu tôi bỏ hai đứa trẻ như các cậu lại đây."

Pebbles nói: 'Và nếu cậu bỏ lỡ chiếc xe tải và rơi xuống đó thành từng mảnh! Chúng tôi sẽ ở đây, với khung cảnh tuyệt vời này, còn cậu sẽ ở dưới đó một mình."

"Hơn nữa," Rocky nói, 'họ có thể quay lại đón chúng ta một ngày nào đó. Trong lúc đó, chúng ta có thể trò chuyện, ngắm cảnh và hít thở không khí trong lành."

Dưới chân họ, chiếc xe tải khởi động lại.

CHUGGA CHUGGA VROOM, VROOM.

"Bây giờ hoặc không bao giờ,' Craggy nói, khi chiếc xe tải rời đi.

"Ít nhất chúng ta còn ở bên nhau," Rocky nói.

"Ba tảng đá lớn chen chúc nhau, vai kề vai. Chúng quay lưng về phía gió, hít thở không khí trong lành và ngắm nhìn khung cảnh tuyệt đẹp của mặt trời lặn trên đường chân trời.

"Bài học của câu chuyện là," Charles bắt đầu...

Đó là những lời cuối cùng E-Z nghe thấy trước khi anh ta trở lại cái silo đáng ghét đó.

13
SILO

❞ Chào mừng trở lại!" Giọng nói từ bức tường vang lên với sự hào hứng khiến vai E-Z căng cứng như có ai đó đang đứng trên đó. Không muốn trả lời, anh ta lắc vai về phía trước rồi lại về phía sau, hy vọng sẽ làm dịu bớt căng thẳng.

"DOT. DOT," một giọng nói thứ hai từ bức tường cất lên, lần này giọng nói nhẹ nhàng hơn, gần như thì thầm.

Anh mở miệng định trả lời nhưng không nghĩ ra lời nào, nên im lặng, chỉ có tiếng khớp ngón tay kêu răng rắc mà anh hy vọng sẽ làm dịu cơ thể căng thẳng.

Giọng nói đầu tiên, với giọng điệu dịu dàng hơn, hỏi: "Tôi thấy anh đang căng thẳng, lo lắng. Có gì tôi có thể giúp anh giết thời gian trong lúc chờ đợi không? Một đồ uống? Một cuốn sách? Một chuyến du hành trong tâm trí?"

Giọng nói đó rất nhạy bén cho một giọng nói trong tường, và điều này giúp anh thư giãn một chút. Tuy nhiên, anh không muốn chấp nhận lời đề nghị của cô vì không biết chuyến du hành trong tâm trí sẽ như thế nào.

"Tôi thấy anh đang do dự..."

Anh ngồi thẳng lưng trên ghế, gõ ngón tay lên tay ghế như đang nhún nhảy theo bài hát Smoke on the Water của Deep Purple. Anh và cha anh đã từng thi đấu trên một phiên bản lỗi thời của Guitar Hero, và họ đã có một khoảng thời gian tuyệt vời. Nhớ lại khoảnh khắc đó, anh cảm thấy như cha anh đang ở trong silo cùng anh.

"Anh chắc chắn không muốn một chuyến du hành trong tâm trí sao?" người phụ nữ trong tường hỏi lại. "Anh sẽ có một khoảng thời gian tuyệt vời!"

Vui vẻ. Anh vừa dùng từ đó trong đầu để mô tả việc chơi Guitar Hero với cha mình. Chắc chắn người phụ nữ trên tường có thể đọc được suy nghĩ của anh.

"À, chính xác là gì vậy?" anh hỏi. "Không phải là tôi muốn thử, nhưng tôi muốn biết thêm về nó trước đã."

"Tại sao, đó là một nơi tôi có thể đưa anh đến. Một nơi đặc biệt nơi anh có thể sống trong giấc mơ."

Nghe có vẻ khó tin... và trước khi anh kịp trả lời...

DUH DUH DUH,

DUH DUH DUH DUH

DUH DUH DUH

DUH DUH.

Anh đang đứng trên sân khấu, chơi guitar lead, cùng một ban nhạc mà anh nhận ra ngay lập tức là ban nhạc gốc Deep Purple.

Ca sĩ chính, người đã rời ban nhạc nhưng vẫn chơi guitar chính trong bài Smoke in the Water, dường như không phiền lòng khi E-Z đang chơi phần của anh ta và làm khá tốt. Ca sĩ đưa ngón tay cái lên, rồi bước qua sân khấu đến chỗ E-Z đang ngồi trên xe lăn. Cả hai cùng chơi vài đoạn riff trong tiếng hò reo, vỗ tay và tiếng cổ vũ của khán giả. Khi anh nhận ra, mình đã trở lại trong silo, nhưng cảm giác căng thẳng trước đó đã hoàn toàn biến mất.

"Cảm ơn! Ồ, đó thật sự tuyệt vời! Tôi không thể diễn tả được nó có ý nghĩa như thế nào đối với tôi. Tôi sẽ không bao giờ quên điều này. Bao giờ!" Anh ngập ngừng và nghĩ rằng điều duy nhất có thể làm cho khoảnh khắc đó hoàn hảo hơn là có cha anh đứng trên sân khấu cùng anh.

"Xin lỗi vì không thể mời cha anh... nhưng đó chỉ là phần preview. Và anh rất được hoan nghênh. Bây giờ, hãy ngồi yên. Thời gian chờ là một phút."

"Tôi nghĩ phần chính sẽ khiến tôi choáng váng!" E-Z nói khi ngả đầu ra sau và sống lại trải nghiệm đó, cảm thấy hoàn toàn thư giãn đến mức có thể chợp mắt.

PFFT.

Mùi hương lần này khác biệt, bạc hà và một thứ gì đó anh không thể nhận ra.

"Đó là hương thảo," giọng nói trong tường cất lên.

"Thật sảng khoái." Mắt anh nhắm lại, tâm trí trôi dạt, khi mái nhà trên đầu anh từ từ mở ra. Anh lắc đầu, mở mắt, chuẩn bị cho điều sắp xảy ra.

Ánh sáng chói lóa chiếu vào thùng kim loại, phản chiếu và dội lại từ tường này sang tường khác. Anh che mắt để bảo vệ chúng khỏi ánh sáng chói lóa. Khi ánh sáng dội lại kết thúc, một bóng người rơi xuống qua mái nhà mở. Cách cô ấy xuất hiện thật ấn tượng. Đó là Raphael.

"Ồ, chào," anh nói. "Cách xuất hiện của cô thật ấn tượng."

"Tôi đã được thăng chức," thiên thần trưởng thừa nhận, "và một chút hoa mỹ là điều cần thiết. Có lẽ hơi quá trong trường hợp này, nhưng đây là một vị trí mới. Mọi sự thăng chức đều có giai đoạn học hỏi."

"Chúc mừng thăng chức."

"Cảm ơn, bây giờ hãy vào việc chính tại sao anh ở đây."

"Được thôi."

E-Z kiên nhẫn chờ Raphael nói tiếp, nhưng cô không nói gì trong một lúc. Thay vào đó, cô bay lượn xung quanh, như một con chim đang thử cánh lần đầu. Cô đang khoe khoang sao? Nếu đúng, tại sao? Rồi anh thấy, cô đang đeo một cặp kính mới toanh. Chúng to hơn, nổi bật hơn với gọng kính dày và tròng kính dày, khiến cô trông như phiên bản nữ của ông McGoo.

"Ồ, kính đẹp đấy," anh ta nói dối.

"Đó không phải là lựa chọn đầu tiên của tôi," Raphael thừa nhận, "nhưng chúng sẽ phải tạm dùng." Cô tiến lại gần chỗ anh ta ngồi và lơ lửng. "Có vẻ như..." Cô dừng lại và di chuyển một cách khó chịu.

SKIDOO

Một chiếc ghế được mang đến, cô ngồi vào đó trong giây lát.

SKIDOO

Và nó biến mất. Cô lại lơ lửng. Đặt lòng bàn tay mở lên bên má. "Một số điều đã được đưa ra với chúng tôi. Tôi không có ý nói theo nghĩa hoàng gia, mà là theo nghĩa của tất cả các thiên thần."

"Như thế nào?"

Lại một lần nữa, cô bồn chồn.

"Tôi có nên nhờ tường phun một ít oải hương để thư giãn không? Anh trông có vẻ căng thẳng."

Rồi cô ta lao đến trước mặt anh ta, hét lên, "HOA OẢI HƯƠNG KHÔNG CÓ TÁC DỤNG VỚI CÁC THIÊN THẦN! Đó là thứ ghê tởm, của loài người..." Cô ta hít một hơi thật sâu. "Tôi rất xin lỗi."

"Không sao. Tôi hiểu, cô có tin xấu muốn nói với tôi. Tốt hơn là nói thẳng ra. Ý tôi là, hãy nói thẳng thắn."

"Được rồi. Đây đi."

E-Z cúi sát lại, "Được rồi, nói đi."

Từ loa trên tường vang lên một bài hát, nói về việc bắn một viên cảnh sát.

Anh ta ngân nga theo, 'Dừng lại!' E-Z ra lệnh. 'Và nói cho tôi biết tại sao tôi ở đây."

"Anh ta muốn đi thẳng vào vấn đề,' Raphael tự nhủ. "Vậy thì đây là nó. Tôi sẽ đi thẳng vào vấn đề."

"Được, cô làm đi." E-Z nói, mong cô ấy sẽ làm.

"Tóm lại," cô nói, "Eriel đã bị bắt quả tang – chơi hai mặt."

"Chơi gì?" Rồi một điều gì đó trong đầu anh ta nhói lên. "Không, cô không thể có ý nói anh ta phản bội chúng ta?"

Cô gõ ngón tay gầy guộc lên cằm, trong khi E-Z mở miệng rồi đóng lại như một con cá nhỏ bị mắc cạn.

"Đúng. Eriel chính là người trực tiếp gây ra cái chết của bạn Rosalie. Anh ta cũng là người chịu trách nhiệm về sự hủy diệt của The White Room. Tất cả là do anh ta. Tất cả là Eriel."

E-Z tiếp nhận tất cả. Thật đáng thương cho Rosalie. "Chờ đã! Anh ta không phải đang làm việc cho anh sao? Ý tôi là, anh không phải là người chịu trách nhiệm về anh ta sao? Làm sao điều này có thể xảy ra dưới sự giám sát của anh?" Tôi đã đọc một số điều về các thiên thần trưởng, nhưng phản bội những đứa trẻ tình nguyện giúp đỡ bạn là điều thấp hèn nhất có thể. Tôi đoán hổ không thể thay đổi vằn."

"Tôi không phải là người chỉ huy Eriel. Anh ta và tôi là đồng nghiệp, đồng đội. Chúng tôi làm việc cùng nhau và tôi nghĩ chúng tôi tôn trọng nhau. Tôi đã sai."

"Và thế mà anh được thăng chức."

"Tôi đã được thăng chức, nhưng hai việc đó không liên quan trực tiếp. Tất cả những gì tôi có thể nói là, Eriel từng là một trong số chúng ta, bây giờ anh ta không còn nữa. Sau khi phản bội chúng ta, và anh. Sau khi quay lưng lại với nguyên tắc của mình – mọi thứ chúng ta tin tưởng – anh ta đã ra đi. Tôi muốn nói là ra đi mãi mãi."

E-Z thở hổn hển. "Anh đang nói với tôi rằng Eriel đã tiết lộ bí mật của chúng ta? Khi tôi nói 'chúng ta', tôi đang nói về tôi và đội của tôi?"

"Michael, người lãnh đạo của chúng ta, đã thẩm vấn Eriel. Phải mất một thời gian dài mới khiến anh ta nói ra. Nhưng anh ta đã thừa nhận đã đưa The Furies trở lại Trái Đất. Sử dụng họ để thăng tiến vị trí của mình. Không có sự cứu chuộc. Không có sự tha thứ cho Eriel."

"Tôi không biết nói gì. Làm sao điều này có thể xảy ra?"

"Làm sao? Nếu chúng ta biết cách thì chúng ta đã biết tại sao – mà chúng ta không biết. Điều chúng ta biết là anh ta là Eriel và Eriel luôn làm những gì tốt nhất cho Eriel. Chúng ta biết anh ta có vấn đề, và thế mà chúng ta vẫn cho anh ta cơ hội để chứng minh bản thân – và khi anh ta thất bại, chúng ta đã tha thứ cho anh ta và cho anh ta thêm cơ hội. Chúng ta đã tin

tưởng anh ta cho đến bây giờ. Anh ta đã kết thúc. Hết r
ồi."

"Xong? Ý anh là chết? Các thiên thần trưởng có chết không? Và tại sao các anh lại cho anh ta nhiều cơ hội như vậy? Các anh không biết câu nói 'ba lần sai là ra khỏi cuộc chơi' sao?"

"Đúng, tôi đã nghe thuật ngữ bóng chày đó, nhưng chúng ta là thiên thần và chúng ta đều được mong đợi sẽ thất bại, hoặc tái phạm ở một mức độ nào đó. Và anh nói đúng về vụ việc Vườn Địa Đàng. Lịch sử của chúng ta kéo dài từ lâu... nhưng chúng ta nghĩ rằng chúng ta đang làm tốt hơn, đang tiến bộ. Bản thân tôi là Thánh Bổn Mạng của giới trẻ, như anh và bạn bè a
nh.

"Đó là lý do tại sao tôi đề nghị chúng ta hợp tác với anh để đánh bại những con quỷ Furies đáng sợ đó. Thật ra, chính Eriel đã khuyến khích tôi làm vậy. Anh ta là người đã phát hiện ra anh. Người đã gửi Hadz và Reiki đến với anh. Cho đến khi những chị em đáng sợ đó xuất hiện, chúng ta đã mang lại điều tích cực cho cuộc sống của tất cả các anh... Chúng ta đã cho các anh mục đích sống. Hãy nhớ những lúc anh muốn bỏ cuộc? Anh không làm vậy vì chúng ta đã giúp anh tiếp t
ục."

"Được rồi, tôi hiểu Eriel là kẻ xấu. Điều này có nghĩa là gì đối với tôi và đội của tôi? Từ góc nhìn của tôi, nhiệm vụ của chúng ta đã bị phá hoại. Vậy chúng ta ra khỏi đây và tôi nghĩ các bạn nên chuyển sang Kế hoạch B."

"Vấn đề là," Raphael nói, rồi dừng lại, khi trần nhà phía trên mở ra và Ophaniel xuất hiện mà không có bất kỳ động tác hoa mỹ nào, lơ lửng xuống phía họ.

"Lâu rồi không gặp," Ophaniel nói với E-Z. Rồi quay sang Raphael, "Anh ấy đã nắm rõ tình hình chưa?"

"Đã rõ. Và tôi rất mừng vì cô đã đến vì anh ấy muốn biết Kế hoạch B của chúng ta là gì."

Ophaniel gật đầu. "Rất rõ. Để nói một cách rõ ràng nhất, chúng ta không có Kế hoạch B, C hay D – vì anh và đội của anh chính là tất cả các kế hoạch của chúng ta."

E-Z lắc đầu không tin. "Các thiên thần trưởng chưa từng nghe câu 'đừng bỏ tất cả trứng vào một giỏ' sao?"

Ophaniel cười. "Đúng, câu đó xuất phát từ nhân vật Don Quixote của Cervantes, nhưng nó chưa bao giờ có ý nghĩa với tôi. Có thể vì chúng ta, các thiên thần trưởng, không ăn trứng. Chỉ nghĩ đến cái lòng đỏ nhão nhoét của chúng – ôi ghê – đã khiến tôi muốn n ôn."

"Tôi cũng vậy," Raphael nói, che miệng bằng mu bàn tay. 'Ngoài vẻ ngoài ghê tởm của chúng, tại sao lại bỏ trứng vào giỏ? Tại sao không dùng bát? Nếu bạn đang chuẩn bị trứng..."

"Đồng ý,' Ophaniel nói. "Tôi đã xem Jamie Oliver nấu trứng tráng. Anh ta dùng bát trước, rồi mới nấu."

"Ôi, anh trai, tôi không thể tin được các thiên thần lại xem truyền hình, huống chi là Jamie Oliver." Anh lắc đầu. "Ý tôi là nếu bạn để tất cả trứng cùng nhau, ở một chỗ – như giỏ, bát, chảo hay bất cứ thứ gì bạn thích – nếu bạn làm rơi giỏ, bát hay chảo – thì tất cả trứng sẽ vỡ và hỏng vì vỏ – vậy bạn sẽ không có trứng để ăn sáng."

"Nhưng gà không phải đẻ trứng mỗi ngày sao? Vậy nếu hôm nay không có trứng, anh chỉ cần quay lại ngày mai," Ophaniel nói.

"Một ngày không có trứng thì sao?" Raphael hỏi.

E-Z mở tay và tát vào đầu mình. "Argghh!" Các thiên thần nhìn anh ta và chờ đợi trong khi anh ta hít thở sâu rồi thở ra thật to. "Chúng ta phải làm gì với tình huống của Eriel đây?"

"Đầu tiên," Ophaniel nói, "đây là hai người bạn của bạn, theo yêu cầu đặc biệt của bạn, hãy trở lại với bạn hôm nay – trống rộn – hai người bạn của bạn..."

POP

POP

Hadz và Reiki, hay những gì trông giống như hai thiên thần tập sự, xuất hiện. Họ đen kịt từ đầu đến chân vì bụi than. Những cánh hoa của họ méo mó, rách nát, một số mở ra, một số khép lại, một số đã chết và héo úa. Cánh của họ xệ xuống, như thể họ đã quên cách bay hoặc không còn muốn bay nữa, và khuôn mặt họ, biểu cảm trên khuôn mặt họ là sự tuyệt vọng tột độ.

"Chuyện gì đã xảy ra với họ?" anh hỏi.

Ophaniel tiến lại gần hai thiên thần giả bị lạc và họ lùi lại.

"Các con an toàn rồi," Raphael nói bằng giọng dịu dàng như mẹ, khiến họ bật khóc, rồi khóc nức nở.

Ophaniel bịt tai, rồi tiến lại gần E-Z và thì thầm. "Eriel đã giam cầm chúng. Chúng ta mất khá nhiều thời gian để tìm ra chúng lần này. Những sinh vật đáng thương đó không thể tự cứu mình vì hắn đã tước đi sức mạnh của chúng."

"Những sinh vật đáng thương," E-Z nói.

E-Z, Ophaniel và Raphael quay về phía những sinh vật đó. Hadz và Reiki cố gắng mỉm cười. Họ thậm chí không thể làm được.

Hai con vật giãy giụa, như thể đang chống chọi với một bầy kền kền.

"Hãy bình tĩnh," Ophaniel nói.

Hadz và Reiki ngừng cử động. Giờ đây, chúng ngồi như hai con búp bê bẩn thỉu, đôi mắt đờ đẫn nhìn vào hư vô. Chúng chỉ còn là bóng ma của chính mình.

"Tôi không có ý vô lễ," E-Z thì thầm, 'nhưng trong tình trạng hiện tại, họ sẽ không giúp được gì cho chúng ta. Đó là nếu các bạn có thể thuyết phục chúng tôi tiếp tục kế hoạch này trong hoàn cảnh này."

Lời nói của E-Z như một cái tát vào mặt hai kẻ muốn làm thiên thần.

POP

POP

"Thật là vô lễ và tàn nhẫn!' Ophaniel quát mắng trước khi biến mất.

ZAP

"Ngươi đã cho chúng ta thấy mặt tối tăm của bản chất ngươi, E-Z Dickens. Nếu cha mẹ ngươi ở đây, họ sẽ xấu hổ về ngươi."

"Xin lỗi," E-Z nói, "nhưng đừng bao giờ nhắc đến cha mẹ tôi. Đối với các ngươi, họ là điều cấm kỵ. Hiểu chưa?"

Raphael gật đầu.

"Hơn nữa, tôi không có ý làm tổn thương cảm xúc của họ. Dĩ nhiên, chúng ta có thể sử dụng họ. Nếu phải chiến đấu với The Furies, chúng ta sẽ cần mọi sự giúp đỡ có thể. Hãy quay lại đi, Hadz và Reiki. Hãy cho tôi một cơ hội nữa."

Im lặng.

E-Z thử lại. "Quay lại đi, các ngươi sẽ là thành viên được chào đón của đội chúng ta."

POP

POP

Cặp đôi giờ đây sạch sẽ và gọn gàng như xưa.

"Chào mừng trở lại," E-Z nói.

Hadz và Reiki bay đến bên anh. Mỗi người đứng trên một vai của anh. Họ run rẩy, không tự chủ, sợ hãi chính bóng tối của mình.

"Sẽ ổn thôi," anh nói. "Chúng tôi sẽ bảo vệ các bạn bây giờ các bạn là thành viên của đội chúng tôi."

Họ cố gắng mỉm cười, và anh đánh giá cao nỗ lực đó.

"Vậy," E-Z nói, "Eriel đã nói gì với The Furies về chúng ta?"

"Anh ta nói chúng ta đang gửi trẻ em để đánh bại họ – đó là tất cả."

"Đó là điều anh ta nói với các cậu? Làm sao chúng ta biết anh ta không nói dối? Và làm sao chúng ta biết mục tiêu cuối cùng của The Furies là gì?"

"Chúng ta nghĩ rằng mục tiêu cuối cùng của The Furies và Eriel là kiểm soát Trái Đất. Họ định kích hoạt EARTH PAUSE và biến nó thành New Hades, tức là địa ngục trên Trái Đất. Nơi họ có thể thống trị bằng cách tạo ra một đội quân linh hồn nằm dưới sự kiểm soát của họ. Vâng, họ sẽ cho linh hồn tự do lang thang, nhưng một khi họ có được tự do – họ sẽ phải từ bỏ nó."

"Tại sao họ lại đồng ý từ bỏ nó?" anh ta hỏi.

"Bởi vì con người, ngay cả linh hồn con người, không thể hiểu được khái niệm tự do. Thay vào đó, họ thích bị ràng buộc. Thiếu tự do là tấm chăn an toàn của con người."

"Đó là lời nói dối," E-Z nói. 'Nó làm tôi tức giận! Chúng ta, con người, có thể trân trọng tự do của mình. Chúng ta yêu thiên nhiên, có thể hít thở không khí, chia sẻ suy nghĩ và cảm xúc với nhau, trân trọng thế giới và tất cả những gì chúng ta có trong đó."

"Tức giận đến mức sẵn sàng chiến đấu vì tự do của mình và của người khác?' Ophaniel nói.

E-Z thậm chí không nhận ra cô đã quay lại.

"Đúng," anh nói. 'Nhưng hãy nói cho tôi biết, trong thế giới mới của họ, họ chỉ chọn những linh hồn mà họ có thể kiểm soát. Những linh hồn còn lại sẽ ra sao?"

"Họ sẽ trôi nổi mãi mãi, không có nơi chốn,' Raphael nói. "Trong thế giới mới của họ, cuộc sống sau cái chết sẽ bị xóa bỏ. Trái đất sẽ mãi mãi ở trạng thái ngừng trệ. Linh hồn sẽ tồn tại trong những cơ thể không còn sống, cũng không chết. Không còn trái tim đập. Không còn tình yêu hay trẻ em được sinh ra. Không còn linh hồn nào có thể thăng thiên – nữa – bao giờ."

E-Z im lặng, suy nghĩ, tiếp nhận tất cả.

Giọng nói trong tường hỏi: "Ai muốn uống gì không?"

"Không, cảm ơn," anh nói, nhưng anh cảm thấy nhẹ nhõm vì sự gián đoạn đã đưa anh trở lại hiện tại. "Tôi hiểu Eriel đã sử dụng The Furies để làm gì. Sự thật là anh ta là một thiên thần trưởng như anh, và anh biết anh ta có vấn đề, nhưng anh vẫn cho anh ta cơ hội này đến cơ hội khác, ngay cả khi anh ta không xứng đáng. Vậy tại sao bây giờ chúng tôi, tôi và đội của tôi, phải sửa chữa những gì một trong những thiên thần trưởng của anh đã làm hỏng?"

"Bởi vì..." Raphael bắt đầu.

"Tôi chưa nói xong," E-Z nói, 'khi anh và Eriel đến nhà tôi, khi anh ta gặp gia đình tôi và các thành viên khác trong đội, chúng tôi nghĩ anh ta đứng về phía chúng tôi. Anh ta đã thấy nơi chúng tôi sống. Anh ta biết tất cả về chúng tôi. Chúng tôi đang gặp nguy hiểm vì anh t a."

"Điều đó là sự thật,' Ophaniel nói.

"Không thể chối cãi và chúng tôi rất xin lỗi," Raphael nói.

"Hãy bảo Eriel gọi họ dừng lại. Anh ta đã gây ra rắc rối này, và anh ta phải giải quyết nó." Anh ta đập mạnh hai nắm đấm vào tay ghế, khiến Hadz và Reiki giật mình và run rẩy. Anh ta vỗ nhẹ lên đầu những thiên thần tập sự. 'Không sao đâu, tôi xin lỗi vì đã làm các cậu sợ."

"Bravo!' Hadz reo lên.

"Hurrah!" Reiki hét lên.

Raphael và Ophaniel đồng thanh nói: "Eriel bị giam cầm sâu trong lòng đất. Anh ta ở một nơi mà con người không dám đặt chân đến. Nói tóm lại, anh ta không thể được tiếp cận."

"Nhưng chúng ta đã trốn thoát khỏi mỏ than, một lần," Reiki nói.

"Hai lần," Hadz nói.

"Anh ta không ở trong mỏ, anh ta ở một nơi khác, sâu hơn, không sâu bằng nơi có lửa, nhưng ở một nơi lạnh đến mức mọi thứ đều hóa băng, thậm chí máu chảy trong tĩnh mạch cũng đông cứng. Đó là nơi không một con người nào có thể sống sót!

"Eriel cũng vô lực ở đó vì sức mạnh của anh ta đã bị tước đoạt. Anh ta bị giam cầm, không thấy ai, không nghe gì. Anh ta sẽ không bao giờ được phép ra khỏi nơi đó – BAO GIỜ."

"Tôi muốn nói chuyện với anh ta," E-Z nói. 'Tôi cần hỏi anh ta những câu hỏi – những câu hỏi chỉ anh ta mới có thể trả lời."

Raphael và Ophaniel hét lên, 'Không được! Không được!"

"Vậy tôi sẽ rút lại sự ủng hộ của đội mình. Xin hãy đưa tôi về nhà. Haruto và những người khác có thể trở về gia đình họ." Anh ngừng nói khi hình ảnh của PJ và Arden lóe lên trong tâm trí. Nếu anh không làm gì, họ sẽ bị mắc kẹt trong trạng thái hôn mê, có thể mãi mãi.

Anh nhớ lại tất cả những lần họ đã giúp anh. Ngày đầu tiên anh trở lại trường học trên xe lăn. Lần họ giới thiệu anh trở lại chơi bóng chày – tất cả các thành viên trong đội đều có mặt trên sân để chào đón anh. Lần họ giúp anh vượt qua mọi khó khăn khi cha mẹ anh qua đời. Một giọt nước mắt lăn xuống má anh. Anh lau đi.

"BẮT HẮN LẠI!" một giọng nói từ tường vang lên như sấm.

Rồi đột nhiên, không gian trở nên lạnh giá đến tê tái. Lạnh đến mức anh tưởng như máu trong huyết quản mình đang hóa băng.

14
ERIEL ON ICE

All alone. Rất cô đơn. Và rất lạnh, rất rất lạnh. Cảm giác như anh ta đang ở bên trong một khối băng rỗng. Khi anh ta hít vào, băng lấp đầy phổi anh ta.

Anh ta đến mép. Anh ta thở vào đó. Nó mờ đi. Đó không phải là một khối băng; đó là một khối thủy tinh. Và có một tay cầm. Trông nó như được làm bằng kim loại. Sợ da mình sẽ dính vào, anh ta dùng áo sơ mi và mở nó ra.

Bên trong là một đống chăn ấm, chăn bông, áo len, mũ, găng tay – đủ thứ. Anh với tay vào và mặc từng l ớp.

Khi anh đưa tay vào áo len, tâm trí anh quay trở lại thời gian khi cha anh mặc một chiếc áo len tương tự trong chuyến đi trượt tuyết. Nó màu xanh, giống như chiếc này, và bên ngoài cảm giác hơi cứng khi chạm vào, nhưng bên trong ấm áp như bánh mì nướng. Khi anh quấn nó quanh người và cài nút phía trước, mùi gỗ sồi của nước cạo râu yêu thích của cha anh tràn ngập mũi anh. Anh ngửi thấy mùi nước cạo râu của cha mình trong đó. Một cảm giác déjà vu mạnh mẽ ập đến khi anh đưa ngón tay vào đôi găng tay nhung đen – đôi găng tay mà anh thề là của cha mình. Nhưng chúng không thể là của cha anh vì mọi thứ đã bị thiêu rụi trong đám cháy. Anh ôm chặt lấy mình, cố gắng sưởi ấm. Anh nghĩ rằng cái lạnh đang chiếm lấy cơ thể và tâm trí anh.

Anh đẩy sang một số vật dụng khác, phát hiện ra một chiếc chăn ở đáy hộp mà anh nhận ra ngay lập tức. Chiếc chăn được đan tay bởi mẹ anh, đêm này qua đêm khác trên sofa, và khi hoàn thành, nó được đặt ở phía sau sofa da. Dùng cho những đêm xem phim và che mắt nếu có điều gì đáng sợ xảy ra.

Anh cởi găng tay và chạm vào nó, để xem nó có thật không, rồi vuốt nhẹ lên má. Mùi hoa của nước hoa mẹ anh thoảng đến, an ủi anh. Một giọt nước mắt lăn xuống má anh, anh đeo lại găng tay, rồi quấn chiếc chăn của mẹ quanh áo len của cha. Anh đội chiếc chăn như một chiếc mũ trùm đầu và nhìn q uanh.

Trên đầu anh, những nhũ đá băng với những mũi nhọn sắc nhọn chỉ xuống dưới, có đủ kích cỡ và hình dạng. Nếu một trong số chúng rơi xuống, nó sẽ xuyên qua đỉnh đầu anh và tiếp tục xuyên qua cơ thể anh cho đến tận ngón chân. Anh ước mình có một chiếc mũ bảo hộ -

BINGO

Và một chiếc mũ bảo hộ màu vàng xuất hiện trên đầu anh, rồi một chiếc nữa, rồi một chiếc nữa. Anh cảm thấy mình như Curious George và mỉm cười. Bây giờ anh đã sẵn sàng cho mọi thứ.

Anh ta tìm kiếm một cánh cửa, di chuyển từ từ dọc theo tường của khối lập phương. Không có tay nắm nào nhìn thấy. Loại nhà tù nào họ đã ném anh ta v ào đây?

Cuối cùng, anh ta tìm thấy các cạnh ở giữa tường bên phải. Anh ta cởi găng tay và dùng móng tay cào bề mặt thứ mà anh ta sớm phát hiện ra là một ô cửa sổ. Cảnh tượng anh ta thấy không làm anh ta bớt lo lắng. Hộp của anh ta là một trong số rất nhiều hộp kéo dài dọc theo đường hầm, xa tít tắp. Không có ai xuất hiện phía sau các ô cửa sổ bằng kính của các h ộp khác.

Anh ta thở hơi lên kính và viết từ "HELP!" ngược lại phòng trường hợp ai đó nhìn thấy. Rồi anh ta nhanh chóng xóa đi, nhớ ra mình đến đây để gặp ai: Eriel.

E-Z di chuyển dọc theo mặt trước của khối lập phương, đến phía xa và một lần nữa anh ta tìm thấy một khung cửa sổ. Anh ta cạo bề mặt và nhanh chóng tìm thấy người mình đang tìm kiếm: kẻ phản b ội.

Vị thiên thần hùng mạnh một thời trông thảm hại, như thể ai đó đã chọc một cây kim vào anh ta và để hết không khí thoát ra. Cơ thể anh ta bị cố định vào tường. Ban đầu, E-Z nghĩ anh ta bị giữ chặt bởi trọng lực hoặc một lực vô hình nào đó, nhưng sau khi quan sát kỹ hơn, anh nhận ra rằng toàn bộ cơ thể Eriel bị bao bọc trong một khối băng dày. Khối băng của Eriel đã được đúc theo hình dáng cơ thể hắn, vì vậy nước đá tràn ngập mọi ngóc ngách trên cơ thể hắn. Khác với E-Z, hắn không có chăn để che p hủ.

CLANK. CLANK. CLANK.

E-Z nghiêng cổ sang trái khi nghe tiếng bước chân vang dội. Hắn cảm nhận được thứ đó đang đến gần, nhưng không thể nhìn thấy nó.

CLANK. CLANK. CLANK.

E-Z lắc đầu. Anh phải tập trung, phải ở trong khoảnh khắc này, nhưng anh lại cảm thấy một cảm giác déjà vu kỳ lạ khác.

Tâm trí anh bay trở lại giấc mơ anh từng có về một bữa tiệc sinh nhật với PJ và Arden. Trong giấc mơ đó, một bóng người đội mũ trùm đầu đã xuất hiện, tạo ra tiếng động tương tự. Giấc mơ đó là về việc tìm một chiếc mũ bóng chày bị mất.

Khi tiếng động trở nên chói tai, anh thoáng thấy bóng dáng đó, một chiến binh khổng lồ với đôi cánh rộng bằng hai cây phong trưởng thành. Trong tay, thiên thần mang một tấm khiên vàng và một thanh kiếm. E-Z che mắt khi ánh sáng chiếu vào thân kiếm.

CLANK. CLANK. CLANK.

Vị chiến binh thiên thần dừng lại trước Eriel, người không ngước mắt lên để đối diện với ánh nhìn của người mới đến.

Cho đến khi anh ta dừng lại, E-Z mới nhận ra đôi cánh khổng lồ của thiên thần, vốn đang nghỉ ngơi khi anh ta đi bộ. Bây giờ, vị chiến binh nâng mình lên, khiến khuôn mặt anh ta và Eriel ngang nhau.

"Ngươi có khách," anh ta nói.

Mắt Eriel vẫn cúi xuống.

"Mắt ngươi không thể lừa được ta," chiến binh nói. 'Ngươi đã làm nhục bản thân. Ngươi đã làm nhục tất cả chúng ta – và thế mà ngươi không hối hận, không ăn năn. Nói cho ta biết tại sao ta nên cho phép ngươi có khách đến thăm."

Eriel tiếp tục nhìn xuống sàn, lẩm bẩm điều gì đó không nghe rõ.

"Nói to lên!' chiến binh quát.

"Ta hối hận!" Eriel hét lên. 'Ta hối hận vì đã không..."

"Im lặng!' chiến binh ra lệnh.

CLANK. CLANK. CLANK.

Bây giờ chiến binh đang đứng bên kia tấm kính, đối mặt với E-Z.

"Ta là Michael," anh ta nói.

"À, chào, tôi là E-Z." Anh ta nhận ra giọng nói của người đàn ông. Chính hắn là người đã ra lệnh cho Raphael và Ophaniel cho phép anh ta nói chuyện với E riel.

"Đứng dậy," Michael nói.

"Tôi không thể đi được," anh ta nói.

"Ngươi có thể nếu ta bảo ngươi," Michael tiết lộ, "và ta bảo ngươi. Đứng dậy, E-Z Dickens!"

E-Z cảm thấy như một trong những người chuẩn bị được chữa lành trong một buổi lễ trên truyền hình. Do dự, anh ta đứng dậy khỏi ghế. Hai chân run rẩy, chủ yếu vì sợ hãi hơn là hoài nghi. Dù sao Michael cũng là thiên thần quyền năng nhất. Chỉ vài giây sau, E-Z đã đứng thẳng trong bức tường băng.

"Ngươi đã yêu cầu nói chuyện với thứ đó, thứ đã sa ngã kia trên tường. Nó sẽ không giúp ngươi vì nó đã thối rữa từ trong ra ngoài. Và thế nhưng nó PHẢI giúp ngươi. Nó PHẢI giúp tất cả chúng ta để cứu chính nó khỏi biến thành một tác phẩm điêu khắc băng – một phần vĩnh viễn của nơi này."

Với mỗi lời nói, giọng Michael khiến E-Z cảm thấy mạnh mẽ và tự tin hơn.

Eriel ngước mắt lên.

Trong giây lát, E-Z thoáng thấy điều gì đó. Đó là sự thất bại? Hay là sự hối hận?

Eriel nhắm mắt lại khi cơ thể anh ta trở nên mềm nhũn trong nhà tù băng giá đang giam giữ anh ta.

"Tôi nghĩ anh ta ngất xỉu rồi," E-Z nói.

CLANK. CLANK. CLANK.

Michael quay lại để nhìn kỹ hơn vào nhà tù băng của mình. Một con rắn trườn ra từ đỉnh ủng của anh ta và bắt đầu bò về phía khuôn mặt của Eriel. Con vật trườn lên, lên, lưỡi chia đôi của nó di chuyển qua lại như thể đang thèm khát máu.

Michael nói: "Thân thể của bạn tôi đang tan chảy và tiến về phía khuôn mặt của anh, Eriel. Anh không định mở mắt ra và chào hỏi sao?"

Eriel mở mắt ra, thấy con rắn đang bò lên cơ thể mình, hắn hét lên.

"GARUUUUUUUUUUUMMMMMMM!"

Michael búng tay, con rắn ngừng di chuyển. Sử dụng móng tay, Michael cạo lớp băng. Bên trong, cơ thể Eriel rung lên. Như thể hắn đang bị điện giật.

"MMMMM,hhhhh,MMMMMMM!"

"Dừng lại!" E-Z hét lên, bịt tai. 'Xin hãy dừng lại!"

Michael ngừng cạo. Anh giơ tay lên, và con rắn quấn quanh rồi trườn trở lại vào trong ủng của anh.

"Cậu bé này đã tha thứ cho ngươi, Eriel. Đó là hơn cả những gì ngươi xứng đáng."

Eriel tiếp tục rên rỉ trong tuyệt vọng.

Michael tiếp tục, quay sang E-Z, 'Ta sẽ cho ngươi năm phút để hỏi Eriel bất kỳ câu hỏi nào ngươi muốn."

Rồi quay sang Eriel, "Chúng ta có thể ép ngươi nói với hắn, nhưng ta thà ngươi tự nguyện giúp hắn. Ngày xưa ngươi đã chọn cứu mạng đứa trẻ này. Hắn đã trả ơn. Giờ ngươi đã phản bội chúng ta và phải lấy lại niềm tin của chúng ta."

Michael giơ chân đá vào cấu trúc băng đá bao quanh Eriel. Nó rung chuyển nhưng không nứt vỡ.

"Ngươi làm ta ghê tởm! Ngươi mong đợi đứa trẻ con người này sửa chữa lỗi lầm của ngươi. Thậm chí sửa chữa những sai lầm của ngươi. Vậy mà hắn vẫn muốn cho ngươi cơ hội trả lời câu hỏi của hắn. Vậy thì giúp hắn. Đây là cơ hội duy nhất của ngươi, cơ hội duy nhất để chứng minh với chúng ta rằng ngươi vẫn còn điều gì đó đáng cứu trong lòng. Một phần trong ngươi chưa hoàn toàn thối rữa đến tận xương tủy."

Eriel ngước mắt lên, "Thưa ngài." Rồi anh lại cúi xuống.

"Ngươi có thể được tha thứ, nhưng nếu ngươi từ chối giúp đỡ hắn – sự thiếu hợp tác của ngươi sẽ được ghi n hận."

Mắt Eriel vẫn dán chặt vào sàn nhà.

"Ngươi có hiểu không?" Michael hỏi. Khi Eriel không đáp, giọng Michael vang lên như sấm sét: "NGƯƠI CÓ HIỂU KHÔNG?"

E-Z cảm thấy như băng xung quanh mình rung chuyển và run rẩy trước tiếng nói của Michael, và anh ta lại một lần nữa cảm ơn tất cả những chiếc mũ bảo hiểm đang bảo vệ hộp sọ của mình. Anh ta hy vọng chúng sẽ đủ, nếu không anh ta sẽ bị chôn vùi ở đây cùng Eriel và Michael mãi mãi và sẽ không bao giờ được gặp lại Uncle Sam hay bạn bè của mình nữa.

Eriel gật đầu.

"Năm phút," Michael nói.

CLANK. CLANK. CLANK.

Và anh ta biến mất.

E-Z và Eriel ở lại một mình.

E-Z tiến lại gần Eriel và hỏi: "Làm sao chúng ta có thể đánh bại The Furies?"

Eriel mở miệng định nói, nhưng không nói gì. Anh ta nhắm mắt lại.

"Xin hãy giúp chúng tôi," E-Z van nài. "Xin hãy giúp chúng tôi."

CLANK. CLANK. CLANK.

Michael đã quay lại. Chắc chắn chưa đến năm phút – chưa đâu. Anh ta không học được gì, không một chút gì từ Eriel.

Eriel với hàm răng nghiến chặt và run rẩy thì thầm ba từ: "Sử dụng kính của Raphael."

"Cái gì?" E-Z hét lên, đấm tay vào tường băng. "Làm sao?"

Khi anh tỉnh lại, anh đã trở lại cửa bếp. Anh không còn mặc quần áo của cha mẹ, nhưng mùi nước hoa của cha và nước hoa của mẹ vẫn còn thoang thoảng.

Anh ôm chặt lấy mình và lắng nghe Charles giải thích bài học của câu chuyện.

"Bài học của câu chuyện tôi," Charles nói, 'là mọi thứ đều tốt hơn khi có bạn bè để chia sẻ."

"À,' E-Z nói, khi Samantha thông báo bữa sáng đã sẵn sàng.

"Xếp hàng ở đây. Lấy đĩa, khăn ăn và dao nĩa. Tự phục vụ đi," cô nói. "Đây là bữa tiệc buffet."

Sobo nói, 'Sumogasubodo!' với Haruto, người reo lên vui sướng.

"Tôi đã làm sushi," Samantha nói. 'Đây là lần đầu tiên tôi làm."

Sobo gật đầu, 'Cảm ơn, nhưng lần sau để tôi giúp bạn."

Samantha gật đầu, 'Đó sẽ là một điều tuyệt vời."

E-Z đẩy ghế về phía trước.

Chú Sam thì thầm bên cạnh anh, 'Bạn đã đi đâu vậy? Ý tôi là bạn ở đó, ghế của bạn cũng ở đó, nhưng bạn cũng ở đâu đó khác, phải không?"

"À, vâng, tôi sẽ giải thích sau. Tôi cần thời gian để tiêu hóa mọi thứ đã xảy ra. Cho tôi vài phút. À, và mà, cảm ơn."

"Cảm ơn vì gì?" Sam hỏi.

"Vì bữa sáng, nó giống như ngày xưa. Vui lắm."

"Chúng ta phải làm lại sớm nhé."

"Chắc chắn," anh nói khi bước về phòng mình.

15

NHÀ VÀ TRÁI TIM

Nay đã ở một mình, anh cảm thấy nhẹ nhõm khi biết rằng Eriel không còn là mối đe dọa vật lý đối với họ nữa. Hắn đã bị vô hiệu hóa nhờ Michael, nhưng chỉ sau khi hắn phản bội tất cả mọi người.

Eriel đã đi quá xa, nhưng tại sao? Tại sao hắn lại phản bội đồng loại của mình? Biết rõ Michael mạnh hơn hắn. Điều đó không có ý nghĩa gì.

POP.

POP.

"Chào mừng về nhà!" anh nói.

Hadz và Reiki đáp xuống giường trước mặt anh ta, "Cảm ơn E-Z. Anh luôn đối xử tốt với chúng tôi."

"Tôi xin lỗi vì Eriel đã đối xử tệ với các bạn. Thật tốt là hắn đã bị giam giữ. Đó là điều hắn xứng đáng."

"Anh nghĩ sao về họ?" Hadz hỏi.

"Tôi không hiểu anh đang nói gì."

"Chúng tôi đã gửi thùng hàng."

"À, có lẽ nó không hoạt động," Reiki nói.

"Đó là anh sao?" Mắt E-Z đỏ hoe.

"Thật mừng là nó đến an toàn," Hadz nói, nụ cười của hai thiên thần giả vờ nở rộng trên khuôn mặt họ đến mức những đường nét còn lại dường như biến m ất.

"Cảm ơn anh rất nhiều. Tôi nghĩ tất cả những thứ thuộc về bố mẹ tôi đã bị cháy rụi trong đám cháy." Anh hít một hơi thật sâu để kìm nén nước mắt. 'Tôi chỉ mong có thể mang nó về đây cùng mình. Mặc dù nó có ý nghĩa rất lớn, nhưng chỉ cần có nó..."

ZAP.

"Tất cả những gì anh cần làm là nói ra. Chúng là của anh mà,' họ nói.

Nó ở đó, cuối giường anh. Hộp đựng chăn của cha mẹ anh, hay thứ họ gọi là hộp chăn. Trong đó là những kỷ vật anh đã lục lọi khi còn nhỏ. Và bây giờ nó là của anh. Một kho báu hữu hình chứa đựng những kỷ niệm về cha mẹ anh.

"Nhưng làm sao?" anh hỏi.

"Chúng tôi đã cứu được vài thứ bằng cách ra vào khi ngôi nhà đang cháy," Hadz nói.

"Chúng tôi quyết định giữ chúng an toàn cho con, cho đến khi con sẵn sàng nhận lại. Chúng tôi hy vọng thời điểm này là đúng."

Anh bước đến, như trong giấc mơ, mở nắp hộp. Mùi nước hoa sau cạo râu của cha anh, pha lẫn mùi chanh ngọt của mẹ, ôm lấy anh như một cái ôm. Cẩn thận không để mùi hương thoát ra hết, anh nhẹ nhàng đóng nắp hộp.

"Tôi không biết phải cảm ơn hai người thế nào. Tôi sẽ không bao giờ có thể cảm ơn đủ. Tôi sẽ xem xét mọi thứ sau, vào một lúc khác. Lại một lần nữa, cảm ơn hai người rất nhiều." Anh giang tay ra và hai thiên thần nhỏ bay vào vòng tay anh.

"Anh ấy đang trở nên quá cảm động," Hadz nói.

"Ai bảo anh cần cắt tóc?" Reiki hỏi.

E-Z dùng ngón tay chải tóc và vuốt phẳng phần giữa, vốn đang dựng đứng như lông chổi vì cái lạnh buốt giá của lòng đất. "Tốt hơn chưa?"

"Tốt hơn một chút," Hadz nói.

"Được rồi, tôi cần tập trung. Những người khác sẽ vào đây sớm để cập nhật tình hình Eriel. Tôi cần kể cho họ nghe về Michael. Họ có ấn tượng không khi tôi gặp anh ấy?"

"Không quan trọng họ có ấn tượng hay không," Hadz nói. "Điều quan trọng là, Eriel có nói gì đáng chú ý không?"

"Có, nhưng tôi vẫn đang cố hiểu ý anh ấy."

"Nói cho chúng tôi nghe, có thể chúng tôi sẽ giải được bí ẩn!"

"Anh ấy có ý gì?" Alfred hỏi, vừa thò mỏ vào phòng.

"Vào đi," E-Z nói.

Alfred lạch bạch bước vào. Đây là mùa rụng lông, vài sợi lông bay phấp phới sau lưng anh. "Chào Hadz, chào Reiki."

"Chào," họ đáp.

"Câu chuyện dài, nhưng để nói thẳng vào vấn đề, tôi đã được triệu hồi trở lại silo nơi Raphael và Ophaniel thông báo cho tôi về tình hình liên quan đến Eriel. Anh ta đã hoạt động trên mọi mặt trận. Giả vờ là đồng minh của chúng ta, các thiên thần trưởng và The Furies. Đừng lo, sự phản bội của anh ta đã bị phát hiện và anh ta đã bị bắt giữ. Anh ta đang bị canh giữ bởi thiên thần trưởng Michael, người đã cho phép tôi nói chuyện với Eriel trong chốc lát."

"Và Eriel đã nói gì?" Alfred hỏi.

"Tôi chỉ có thời gian để hỏi anh ta một câu. Vì vậy, tôi đã hỏi anh ta làm thế nào chúng ta có thể đánh bại The

Furies. Đó là lý do tôi vào đây, để suy nghĩ về những gì anh ta đã nói."

"À, vậy anh muốn ở một mình?" Alfred hỏi. "Đi nào, Hadz và Reiki, hãy để E- có chút yên tĩnh." Anh ta bước về phía cửa, nhưng họ vẫn đứng nguyên tại chỗ.

"Một vấn đề được giải quyết là một vấn đề được chia sẻ," họ hát.

"Đúng vậy. Và đó là bài học từ câu chuyện của Charles."

"Được rồi, tập trung lại đây." Anh ta dừng lại, rồi nói, "Eriel nói chúng ta nên dùng kính của Raphael."

"Đúng, chỉ vậy thôi sao?" Alfred nói. "Tôi hiểu tại sao anh không chắc chắn về ý của anh ta. Nó rất mơ hồ."

"Tôi biết. Và anh ấy không nói cách sử dụng chúng."

Hadz cúi xuống và thì thầm điều gì đó với Reiki.

POP.

POP

Và họ biến mất.

"Có lẽ, hãy bắt đầu từ đầu. Hãy kể cho tôi chính xác những gì Eriel đã nói với các cậu."

"Tôi đã làm rồi. Anh ấy bảo dùng kính của Raphael. Chỉ có thế. Michael đã đặt chúng ta vào chế độ đếm giờ. Lúc đầu, tôi nghĩ Eriel sẽ không nói gì. Anh ấy chỉ nói ba từ đó và thời gian hết. Sau đó, tôi tỉnh dậy và lại ở đây."

Alfred đi qua đi lại, rồi chú ý đến hộp chăn ở cuối giường. "Đây là gì vậy?"

"Đó là của bố mẹ tôi," E-Z nói, cố gắng kìm nén tiếng nấc. 'Hadz và Reiki đã cứu nó khỏi đám cháy. Họ chỉ nói với tôi rằng họ cứu nó cho tôi – thậm chí còn liều mạng."

"Đúng vậy,' anh ta rưng rưng, "thật chu đáo của họ. Anh đã xem qua chưa?"

"Chưa, nhưng tôi sẽ xem."

"Michael như thế nào?"

"Anh ấy đi lại kêu lạch cạch. Điều đó khiến tôi nhớ đến giấc mơ về PJ, Arden và cái máy chém."

"À, tôi nhớ cậu đã kể cho chúng tôi nghe về giấc mơ đó. Anh ấy có đáng sợ như tên hành quyết không?"

"Michael rất giận dữ và hoàn toàn có lý do. Eriel đã phản bội anh ấy, tất cả các thiên thần và chúng ta. Điều tôi không hiểu là điều gì có thể đáng để mạo hiểm như vậy?"

"Quyền lực – có người sẵn sàng làm mọi thứ để có được nó. Nhưng điều chúng ta cần tìm ra là cách sử dụng kính của Raphael để ngăn chặn kế hoạch mà Eriel và The Furies đã triển khai."

E-Z tháo chúng ra khỏi mặt. Khi anh đeo chúng, máu không còn đập và di chuyển trong khung kính như khi Raphael đeo. Trên anh, chúng chỉ là một cặp kính bình thường.

"Ra lệnh cho cặp kính làm gì đó," Alfred đề nghị.

"Cặp kính biến mất," E-Z ra lệnh.

Anh ta thả chúng xuống và chúng rơi xuống sàn.

E-Z thở dài. Hai cái đầu chắc chắn không tốt hơn một cái trong trường hợp này. Anh ta cười.

"Thật tốt khi thấy Hadz và Reiki trở lại. Họ ở đây để ở lại chứ? Ý tôi là để giúp chúng ta?"

"Họ sẽ ở lại, nhưng họ đã trải qua nhiều chuyện gần đây và có thể đang bị PTSD – rối loạn stress sau sang chấn."

"Tôi biết. Chuyện gì đã xảy ra?"

"Eriel đã xảy ra, đó là chuyện. Hắn đã gây ra hỗn loạn và tàn phá trên Trái Đất và mọi nơi khác theo như tôi nghe nói." E-Z ngừng lại. "Nếu tôi dùng kính để thay đổi hình dạng của mình thì sao?"

"Và làm gì?"

"Nếu tôi có thể thay đổi hình dạng, tôi có thể đến gặp The Furies dưới hình dạng của Eriel."

"Điều đó chỉ có thể thành công nếu họ không biết anh ta đã bị bắt," Alfred nói.

"Đúng, nhưng nếu họ không biết. Hãy nghĩ xem tôi có thể gây ra bao nhiêu thiệt hại. Tôi có thể vào đó. Họ sẽ nghĩ tôi là đồng minh của họ. Và tôi có thể phản bội họ. BAM, tôi có thể đánh họ bay ra khỏi công viên!"

POP.

POP.

"Điều đó quá nguy hiểm!" Hadz hét lên.

"Quá nguy hiểm!" Reiki lặp lại.

"Không," Hadz nói.

"Nhưng chúng tôi đã tìm thấy cái này," Reiki nói.

Đó là một cuốn sách nhỏ xíu, khoảng bằng đầu ngón tay cái của E-Z. Tiêu đề trên lưng sách viết: Cuốn Sách Đầu Tiên của Raphael về Enoch.

Hadz và Reiki lật qua các trang vì cuốn sách vừa vặn để hai người cùng cầm.

"Ở đây viết," Hadz đọc to, 'Mục đích của Raphael là chữa lành trái đất mà các thiên thần sa ngã đã làm ô uế."

"Nhớ không, Raphael đã nói, ta chỉ có thể gọi nàng khi ngày tận thế sắp đến? Có lẽ, cặp kính sẽ chỉ tiết lộ sức mạnh của chúng khi cần thiết."

"Đúng vậy,' Hadz và Reiki đồng ý.

"Tôi nghĩ chúng ta cần một buổi brainstorming với những người khác, nhưng ý tưởng của cậu về việc thay đổi ngoại hình thành Eriel là hay đấy," Alfred nói. 'Chúng ta chỉ cần tìm cách hỗ trợ cậu khi cậu làm điều đó – để đảm bảo an toàn cho cậu."

"Đó là một ý tưởng tồi,' Hadz nói.

"Rất tồi!" Reiki nói.

"Tại sao?" Alfred hỏi.

"Thứ nhất, chúng ta không biết The Furies biết gì."

"Hoặc không biết."

"Thứ hai, đó có thể là một cái bẫy."

"Một cái bẫy do Eriel và The Furies dàn dựng."

"Thứ ba, và quan trọng nhất,"

"Eriel sợ Michael."

Cùng lúc, họ nói: "Kính của Raphael chắc chắn chứa chìa khóa cho mọi thứ. Eriel đang tìm kiếm sự tha thứ và cứu rỗi từ Michael và các thiên thần trưởng khác. Đó là hy vọng duy nhất của anh ta. Anh là hy vọng duy nhất của anh ta. Vì vậy, chúng tôi tin rằng anh ta đã nói sự thật với anh."

"Nhưng nếu The Furies không biết về tình huống của Eriel? Trong khi họ đang trong bóng tối, chúng ta có lợi thế ở đây," Alfred nói.

"Tôi đồng ý," E-Z nói.

Lia thò đầu vào phòng, theo sau là cả băng nhóm. 'Có chuyện gì vậy?' cô hỏi.

"Vào đây và tôi sẽ giải thích. À, và đóng cửa lại sau khi vào."

"Nghe có vẻ đáng ngờ," Lia nói. Cô nhận ra Hadz và Reiki và vẫy tay chào họ. Sau đó cô đóng cửa lại và khóa chặt.

16
ERIEL

"THư giãn và ngồi xuống," anh ta nói, khi mọi người ùa lên giường của anh. 'Đầu tiên, đối với những ai chưa gặp họ - đây là Hadz, và đây là Reiki. Họ là bạn bè và những thiên thần tương lai. Họ đã được giao nhiệm vụ giúp đỡ chúng ta."

Haruto cúi đầu chào, Lachie nói, 'Chào buổi sáng!" Charles và Brandy bắt tay với họ.

Sau khi mọi người được giới thiệu chính thức, đội ngũ ngồi dọc theo mép giường. E-Z nghĩ họ trông giống như hành khách đang chờ xe buýt.

"Chúng ta ở đây để đánh bại The Furies. Nhưng có một số thông tin mới mà chúng ta cần xem xét. Trước khi tiếp tục."

"Ý anh là sao?" Lia hỏi. "Anh đang đề nghị chúng ta có thể rút lui?"

E-Z ho khan.

"Tốt nhất là để tôi kể hết cho các bạn nghe, sau đó các bạn có thể hỏi. Tôi lẽ ra nên nói điều đó trước. Nhưng tôi vẫn đang xử lý mọi thứ." Anh ngập ngừng. "Ý tôi là, hãy cho tôi chút thời gian vì đây là tình huống phức tạp và càng khó giải thích hơn."

Mọi người gật đầu, nên anh tiếp tục.

"Eriel đã bị các thiên thần trưởng bắt giữ. Anh ta đã phản bội họ và phản bội chúng ta. Anh ta không còn là mối đe dọa đối với chúng ta, nhưng anh ta đã làm lộ bí mật của chúng ta. Vấn đề là, chúng ta không biết mức độ nghiêm trọng đến đâu. Nhưng chúng ta biết rõ hơn về ý định của anh ta – chiếm quyền kiểm soát Trái Đất bằng mọi giá. Đối đầu với các thiên thần trưởng để làm điều đó là một rủi ro lớn – ngay cả khi anh ta có The Furies ủng hộ."

Một tiếng thở dài vang lên từ mọi người khiến anh ta dừng lại một lúc trước khi tiếp tục.

"Các thiên thần trưởng đã quay lưng lại với anh ta. Tôi đã gặp Michael, người lãnh đạo các thiên thần trưởng, và anh ta rất phẫn nộ với Eriel. Và Eriel rất sợ anh ta."

Nhiều tiếng thở dài vang lên.

"Kế hoạch A của chúng ta là nhốt The Furies trong môi trường trò chơi. Eriel biết về kế hoạch này. Thực tế, anh ta đã khuyến khích chúng ta thực hiện nó. Vì vậy, chúng ta cần chuyển sang Kế hoạch B. Việc anh ta biết về Kế hoạch A đã đủ để chúng ta loại bỏ nó."

Những tiếng thở dài và một tiếng "Oh no!"

"Vậy, Kế hoạch B. Tôi biết các bạn đang nghĩ đến điều hiển nhiên: tức là chúng ta không có Kế hoạch B. Thực ra, chúng ta không có. Nhưng bây giờ chúng ta có. Các bạn có sốc không khi biết rằng Kế hoạch B của chúng ta đến từ chính miệng kẻ phản bội?"

Tất cả gật đầu.

"Như tôi đã nói trước đó, tôi đã gặp Michael. Chính anh ta là người đề nghị với Eriel rằng nếu anh ta giúp chúng ta, anh ta có thể được khoan hồng.

"Michael chỉ cho chúng ta năm phút gặp mặt. Và trong phần lớn thời gian đó, Eriel không nói gì. Rồi, ngay khi thời gian sắp hết, anh ta nói ba từ: 'Sử dụng kính của Raphael' – thế là hết. Sau đó, tôi nhớ lại rằng Raphael từng nói Charles có thể là vũ khí bí mật của chúng ta, nên với cặp kính đó, chúng ta có thể có hai vũ khí mà họ không biết."

Charles thở hổn hển.

E-Z gật đầu với Charles.

"Nhưng trước khi thu hẹp phạm vi và brainstorming, chúng ta cần nhìn vào bức tranh lớn và quyết định liệu đây có phải là cuộc chiến của chúng ta. Liệu đây có phải là điều chúng ta vẫn muốn tham gia, với tư cách một đội.

"Nhờ Eriel, tôi còn sống đến ngày hôm nay. Anh ta đã cứu tôi và sau đó nói rằng tôi nợ anh ta và các thiên thần khác. Để trả nợ, tôi đã hoàn thành nhiều thử thách. Alfred và Lia gia nhập và chúng ta đã thành lập The Three. Sau đó, chúng ta chia tay theo yêu cầu của họ.

"Chúng ta đã thiết lập trang web siêu anh hùng của riêng mình và giúp đỡ mọi người. Cho đến khi các thiên thần trưởng yêu cầu sự giúp đỡ của chúng ta để đánh bại băng cướp Soul Catcher. Theo thời gian, chúng ta đã biết được danh tính của họ: The Furies, những nữ thần Hy Lạp mạnh mẽ và độc ác đã trở lại.

"Hadz và Reiki đã đưa tôi đi trinh sát, để cho tôi thấy tổng hành dinh của họ ở Death Valley. Tại đó, tôi tận mắt chứng kiến kho chứa đầy những container chứa linh hồn trẻ em. Sau đó, PJ và Arden bị bắt đi. Tình trạng của họ không thay đổi. Và nhờ Raphael, chúng tôi đã tận mắt chứng kiến những nữ thần độc ác đó đang hành động.

"The Furies là đối thủ đáng gờm. Nếu chúng ta chiến đấu với họ, chúng ta có thể chết. Đây tất nhiên không phải thông tin mới nhất, nhưng liệu có đáng để mạo hiểm tính mạng khi Eriel đã phản bội chúng ta?

"Xét mọi thứ, đặc biệt là chúng ta có hai vũ khí bí mật. Mặc dù chúng ta không biết cách sử dụng chúng. Có lẽ, chúng ta đang ở trong tình huống tốt để thắng trận này. Đó là nếu chúng ta đoàn kết và bảo vệ lưng nhau. Nếu chúng ta sẵn sàng hy sinh mạng sống vì lợi ích chung. Vì lợi ích của Trái Đất, cứu Trái Đất. Các ngươi nghĩ sao?"

Khi anh ta nhận ra, mọi người – trừ Alfred – đang nhảy nhót trên giường và hét lên: "Một cho tất cả và tất cả cho một!"

E-Z giơ tay. "

"Ai đồng ý chiến đấu với The Furies, hãy nói 'Aye'."

Quyết định được nhất trí.

Sobo gõ cửa và hỏi: "Có lẽ tôi cũng có thể giúp."

17
CHARLES DICKENS?

Brandy khịt mũi khinh bỉ, khiến tất cả mọi người trong phòng đều quay sang nhìn cô. Khi đã thu hút được sự chú ý của mọi người, cô hỏi: "Và bà, một người cao tuổi, sẽ giúp đội siêu anh hùng nhí của chúng ta đánh bại ba nữ thần ác độc mạnh mẽ đó như thế nào?"

Một tiếng thở hổn hển vang lên khắp phòng, khiến Haruto nhanh chóng di chuyển sang bên cạnh Sobo. Anh nắm lấy tay cô và áp vào ngực mình.

Sobo, không bị ảnh hưởng bởi sự vô lễ của Brandy, thì thầm những lời an ủi bằng tiếng Nhật với cháu trai mình.

"Xin lỗi," E-Z đòi hỏi.

"Không sao," Sobo nói. "Cô ấy đúng. Tôi có thể không phải là siêu anh hùng như tất cả các bạn, nhưng mỗi người trong cuộc đời này đều có điều gì đó để cống h iến."

"Xin lỗi, Sobo," Brandy nói. Cô không dừng lại. "Ý tôi là..."

"Im lặng đi!" Lia kêu lên. 'Vào đây đi, Sobo."

"Chúng ta cần mọi sự giúp đỡ có thể,' E-Z nói.

Charles đứng dậy, nhường chỗ cho Sobo và Haruto.

"Cảm ơn," Sobo nói, và cô cùng cháu trai ngồi bên nhau im lặng trong vài phút.

"Bà có cảm thấy khá hơn không?" Haruto hỏi.

"Có, con yêu, Sobo nói. "Tôi cũng có một siêu năng lực. Siêu năng lực đó gọi là biến hình. Tôi đã sống nhiều kiếp, và đóng nhiều vai... với mỗi kiếp, tôi học được điều mới. Tôi luôn sẵn lòng học hỏi, đó là ý nghĩa của cuộc sống. Tôi đang hiến dâng cuộc đời mình; tôi sẽ làm bất cứ điều gì để cứu các con. Tất cả các con."

"Ngay cả tôi?" Brandy hỏi.

Sobo cười. "Đặc biệt là con, con gái."

Brandy chạy qua phòng và ôm chặt cổ Sobo. 'Cảm ơn. Nhưng tại sao lại là con?"

Haruto đứng dậy, đặt tay lên hông và hét lên, 'Bởi vì con là một kẻ điên rồ!"

Mọi người đều cười, bao gồm cả Brandy.

Sobo nói: "Bởi vì con không sợ hãi. Đúng, sự dũng cảm là một cảm xúc mạnh mẽ, nhưng con phải học cách kiên nhẫn. Con cần cả hai để tồn tại trong thế giới này. Với cả hai, con sẽ trở thành một sức mạnh đáng gờm. Cuộc sống là về sự thay đổi, từ bên trong ra bên ngoài, từ bên ngoài vào bên trong. Học hỏi. Phát triển. Chúng ta phải như những cây cổ thụ, thay đổi theo mùa, uốn cong theo gió."

"Thật đẹp," Charles nói.

"Nhưng thế giới này đầy rẫy cả thiện và ác," Sobo nói. "Đó là cách nó phải tồn tại. Một bên phải tồn tại để bên kia có thể tồn tại. Và chúng ta, bạn và tôi và tất cả mọi người ở đây, chúng ta chỉ được chiến đấu cho phe thiện. Trong thế giới này chỉ có thể có một người chiến thắng. Người chiến thắng đó phải là vì lợi ích của toàn n hân loại."

Sobo ngừng nói. Trong khi cô hít thở, những người khác im lặng chờ cô tiếp tục.

"Tại sao tôi ở đây," Sobo tiếp tục, 'là để mang lời chào từ Rosalie."

"Bạn và Rosalie, Sobo, nhưng làm sao?' Lia hỏi.

"Rosalie đã đến gặp tôi trong giấc mơ. Làm sao tôi biết đó là cô ấy? Bởi vì cô ấy đã nói với tôi. Giấc mơ là những sức mạnh kết nối. Linh hồn vượt qua các thế giới và hòa nhập với chúng ta để ở bên chúng ta, hoặc để nói cho chúng ta những điều chúng ta không biết, như những lời cảnh báo, những điềm báo. Rosalie muốn giúp chúng ta chiến đấu trong trận chiến này, chiến đấu và chiến thắng."

"Đúng vậy," E-Z nói. 'Tôi thường mơ thấy cha mẹ mình. Đôi khi họ tiết lộ cho tôi những điều, hoặc nói cho tôi những điều mà họ không thể biết. Trừ khi họ đang chia sẻ cuộc sống của tôi với tôi."

"Đúng vậy, tình yêu là một cảm xúc mạnh mẽ không có giới hạn. Những người bạn yêu thương sẽ tìm kiếm bạn, tìm thấy bạn, giúp đỡ bạn, ngay cả trong những thời điểm tăm tối nhất."

"Cô ấy,' Lia hỏi, "có hạnh phúc không?"

Sobo mỉm cười. "Hạnh phúc không phải là tất cả. Để tôi nói cho bạn biết, cô ấy là chính mình. Đó là tất cả những gì bạn cần biết. Và với tư cách là chính mình, là một chiến binh chiến đấu bên cạnh những điều tốt đẹp, cô ấy tin tưởng vào bạn, ông Charles Dickens. Bạn là sức mạnh của chúng tôi."

"Tôi sao?" Charles hỏi.

"Đúng, Charles. Hãy đưa chúng tôi đến thư viện. Thư viện trên mây."

"Tôi chưa từng nghe nói đến. Tôi không thể đưa các bạn đến đó. Cô ấy chắc đã nhầm tôi với một trong những người khác."

"Thư viện nào?" Brandy hỏi.

"Và tại sao nó lại ở trên mây?" Lia thắc mắc.

"Tôi đã từng đến đó," Sobo nói. 'Nó rất cổ kính và được bảo vệ... chỉ những ai biết mới biết."

"Tôi không phải là một trong số họ,' Charles nói.

"Anh chỉ cần một chút giúp đỡ," Sobo nói. 'Hãy đưa anh ta cặp kính của Raphael, và anh ta sẽ biết."

"Chờ đã,' E-Z nói. 'Làm sao anh đến đó?"

"Anh không tin tôi sao?' Sobo mỉm cười. "Rosalie đã đưa tôi đến đó trong giấc mơ... cô ấy là một linh hồn... và cô ấy dẫn tôi như một người đi trong giấc m ơ."

"Anh chắc chắn đó không phải là ký ức cô ấy chia sẻ về The White Room?"

"Chắc chắn không. Làm sao tôi biết điều này?" Sobo hỏi. "Bởi vì Rosalie đã nói với tôi rằng cô ấy không bao giờ muốn trở lại nơi cô ấy bị những người chị em độc ác đó sát hại."

"Điều đó có ý nghĩa, nhưng những gì Raphael nói về việc không bao giờ giao kính cho ai – kể cả ai – khiến tôi lo lắng về việc đi ngược lại ý của cô ấy."

"Nếu Rosalie không phải là một trong những người biết rõ sự thật thì sao?" Sobo hỏi. 'Chúng ta có nên bỏ qua cơ hội này để tăng cơ hội đánh bại The Furies bằng cách từ chối thông tin mới nhất từ Rosalie, một người bạn tin cậy và thân thiết?"

"Hãy kể cho tôi nghe trước,' E-Z nói, "đó là như thế nào?"

Sobo nhắm mắt lại. "Hãy tưởng tượng một lúc nào đó bạn bật nước nóng trong phòng tắm hoặc bồn tắm, không có quạt và cửa sổ đóng kín. Bạn ra khỏi phòng để lấy thứ gì đó và đóng cửa lại. Khi mở cửa trở lại, phòng ngập tràn hơi nước và ban đầu bạn không thể nhìn thấy gì. Nhưng mắt bạn dần thích nghi và rồi bạn có thể nhìn thấy mọi thứ. Đó chính là cảm giác của tôi khi lần đầu bước vào Thư viện Mây."

Cô mở mắt. "Hãy tưởng tượng bên trong đám mây nơi sách tồn tại. Mọi cuốn sách đã được viết, xuất bản đều ở đó trước mặt bạn. Có thể đọc, có thể lấy, có thể học. Đó chính là cảm giác khi ở Thư viện Mây. Và tất cả chúng ta đều được định sẵn để đến đó và tự mình trải nghiệm, ngay bây giờ. Hôm nay."

"Nghe có vẻ thần kỳ," Charles nói. "Tôi muốn đi. Tôi muốn đưa tất cả các bạn đến đó."

"Nghe có vẻ quá tốt để là sự thật," Brandy nói.

Sobo mỉm cười.

E-Z do dự trước khi tháo kính và đưa cho Charles.

"E-Z," Sobo nói, "Rosalie đã nói với tôi rằng ngoại lệ của quy tắc Raphael là Charles. Nhớ không? Và chính cô ấy là người tiết lộ rằng Charles là vũ khí bí mật của chúng ta."

E-Z gật đầu và đưa kính cho Charles.

Không do dự, Charles đeo chúng vào. Khi anh ta đưa chúng vào sau tai, màu sắc trên gọng kính nhấp nháy mọi màu sắc mà con người biết đến. Tất cả màu sắc trừ màu đỏ. Khi kính ổn định thành màu xanh lá cây của cỏ, cổ Charles xoay trái phải trái phải trái. Anh ta đứng thẳng, nhìn về phía trước.

"Tôi sẵn sàng," anh nói. 'Nắm tay nhau, để chúng ta kết nối, và tôi sẽ đưa các bạn đến đó."

"Chờ chúng tôi!' Hadz và Reiki la lên, nhảy lên vai E'Z và bám chặt lấy anh. Một lúc sau, không ai di chuyển.

18
CÁI GÌ?

"Tôi không hiểu," Charles nói. 'Tôi có thể hình dung ra trong đầu. Có lẽ tôi cần hướng dẫn, hoặc một vài từ thần chú. Rosalie có nói gì đặc biệt mà tôi cần làm ngoài việc đeo kính cho Sobo không?' Charles hỏi.

Sobo lắc đầu. "Hãy thử làm điều gì đó khác."

"Đưa chúng ta đến Phòng Mây!" anh ta đòi hỏi.

Lần này, cả nhóm cùng lắc lư, như thể ai đó đã mở một cánh cửa sổ.

"Đóng mắt lại," Charles nói. 'Mọi người sẵn sàng chưa?' Tất cả gật đầu. Anh ta đóng mắt lại khi nhóm siêu anh hùng cùng Sobo tan ra thành từng mảnh.

"Có gì đó khác lạ," Lachie nói khi mở mắt. "Tôi cảm thấy khác lạ."

E-Z cũng cảm thấy kỳ lạ khi mở mắt. Hadz và Reiki đang ngáy. Thật kỳ lạ khi họ lại ngủ gật lúc này. Và còn gì khác nữa? Kính của Raphael không còn màu. Tại sao? Chưa bao giờ xảy ra trước đây. Và còn gì nữa? Alfred – Alfred đang ở đâu?

"Alfred? Anh ở đâu?"

Lia bật khóc.

"Tại sao em khóc?" E-Z hỏi.

"Vì tôi không thể nhìn thấy gì, không thể dùng tay. Không còn nữa."

"Charles. Kính," Brandy nói.

"Sao vậy?" anh ta tháo chúng ra.

Họ bịt tai lại, khi Sobo ngửa đầu ra sau và gào thét như một con ma nữ, cho đến khi âm nhạc giao hưởng nhẹ nhàng lấn át tiếng khóc của cô, và tất cả đều chìm vào giấc ngủ.

****

Bây giờ khi hai đứa trẻ đã ngủ, Samantha và Sam tự hỏi cuộc họp trong phòng E-Z đang diễn ra thế nào. Khi họ đến nơi, cửa bị khóa và không ai trả lời khi họ gõ cửa.

"Thật kỳ lạ," Sam nói. 'E-Z chưa bao giờ khóa cửa."

"Lấy chìa khóa đi,' Samantha nói.

Sam có cảm giác không lành khi đưa chìa khóa vào ổ khóa.

Sam và Samantha nhìn vào trong, thấy Sobo, Brandy, Lia, Lachie, Haruto, Charles và E-Z đứng im như những mannequin trong cửa hàng.

"Họ gần như không thở," Sam nói.

"Và Alfred đâu?"

"Và tại sao Charles lại đeo kính của Raphael?"

"Em sợ," Samantha nói, nắm lấy tay chồng.

"Tôi nghĩ chúng ta không nên động vào bất cứ thứ gì ở đây," Sam nói. "Tôi có cảm giác có chuyện gì đó đang xảy ra mà chúng ta không biết."

"Thật rùng rợn."

"Đó là gì?" Sam hỏi, chú ý đến chiếc hộp ở cuối giường E-Z. 'Tôi không tin được! Không thể nào.' Anh cúi xuống, mở nắp chiếc hộp mà anh đã thấy nhiều lần trong phòng của anh trai mình. Chiếc hộp mà anh nghĩ đã bị thiêu rụi trong đám cháy. Giống như E-Z, những ký ức được gợi lên bởi mùi hương bên trong trỗi dậy và anh bị cuốn vào dòng cảm xúc.

"Chúng ta ra khỏi đây đi," Samantha nói. 'Em có thể kể cho anh nghe về cái hộp đó sau."

"Để nó yên một lúc. Họ sẽ tỉnh dậy sớm và..."

"Em không nghĩ chúng ta có lựa chọn nào khác,' Samantha nói, khi họ đóng cửa lại phía sau.

19
MÂY PHÒNG

Charles đứng im lặng một lúc, quan sát xung quanh. Liệu anh đã đưa họ đến nhầm chỗ sao? Anh và những người khác (đều đang ngủ say) đang ở trên cao, không có một đám mây nào trên bầu trời. Họ đã hạ cánh xuống giữa một bệ đỡ bằng kính. Cách nó được nâng đỡ như thế nào, anh hoàn toàn không biết. Anh nhận thấy xe lăn của E-Z đang di chuyển về phía trước, nên vội vàng chạy lại và đánh thức anh ta.

"Chúng ta đang ở đâu?" anh hỏi, lay Hadz và Reiki, những người vẫn đang ngủ say trên vai anh.

"Dậy đi! Dậy đi!" Charles ra lệnh.

Một người sau một người mở mắt ra, rồi nhận ra họ đang ở độ cao khủng khiếp, họ ôm chặt lấy nhau, cố gắng không di chuyển. Cố gắng không nhìn xuống qua tấm kính đang ngăn họ rơi xuống đất.

"Ước gì cái này có lan can!" Lia kêu lên. Cô có thể nhìn thấy mọi thứ bây giờ, nhưng một phần trong cô ước gì mình không thể.

"Cái gì đang giữ nó lên, đó là điều tôi không thể hiểu được," Charles nói.

"Tôi chưa bao giờ là người thích độ cao," Brandy nói, khi cô nắm lấy tay gần nhất của mình, đó là tay của Charles.

"Ồ," anh nói, cảm thấy tay cô lạnh giá.

"Tôi sẽ bay qua đó xem sao," E-Z nói, rồi bay đi, di chuyển xung quanh nền tảng dường như mọc lên từ hư không, không có gì giữ nó lại và không có neo giữ nó tại chỗ.

Haruto nắm chặt tay bà nội. Bà tỉnh dậy chậm hơn những người khác. Khi bà tỉnh hẳn, 'Ôi không,' là tất cả những gì bà nói. Lặp đi lặp lại.

"Đây không phải là Phòng Mây mà Rosalie đã đưa các con đến, phải không?" Charles hỏi.

Sobo bước một bước, hai bước, trong khi lũ trẻ bám chặt lấy bà. Bà nhắm mắt lại, siết chặt mí mắt, rồi mở ra lần nữa.

"Cô đang làm gì vậy?" Brandy hỏi.

"Con đang tìm sách," Sobo nói. 'Nếu đây là nơi đó, thì phải có sách. Nhiều sách lắm. Con không thấy cuốn nào. Không một cuốn nào."

E-Z, người vẫn đang khám phá cấu trúc của bệ, hỏi: 'Có cảm giác như chúng ta đang ở đúng chỗ không? Có thể sách được ngụy trang không? Ai đó có thấy chúng không?"

Mọi người lắc đầu, kể cả Hadz và Reiki, những người cho đến lúc này vẫn chưa nói với nhau một lời.

"Tôi có một cảm giác rất xấu về nơi này," Hadz và Reiki hát cùng nhau.

Charles do dự trước khi nói. "Khi đeo kính, tôi thấy một thư viện trong đầu, và nó giống như Sobo đã mô tả cho chúng ta. Không có bệ kính nào. Nơi này không phải là nơi tôi tưởng tượng. Lúc đầu, tôi nghĩ kính đã gây ra lỗi, nhưng bây giờ, nếu Hadz và Reiki có cảm giác xấu, và Sobo cũng vậy, tôi nghĩ." Sobo gật đầu, và anh nhận ra cô đang run rẩy. "Tôi nghĩ chúng ta cần rời khỏi đây ngay lập tức – và nhanh c hóng."

E-Z nhận ra Alfred đã biến mất. "Ai biết chuyện gì xảy ra với Alfred? Chúng ta đều kết nối bằng tiếp xúc khi đến đây. Làm sao anh ta có thể bị tách ra?" Bây giờ anh ta nhận ra Hadz và Reiki dường như mất ý thức.

Họ trông như bị thuốc mê, mắt lờ đờ và khó giữ tỉnh táo.

"Thiên nga không có ngón tay để chạm," hai thiên thần giả hát đồng thanh. Họ bật cười và quay tròn trong vòng tròn cho đến khi quá chóng mặt không thể nổi trên mặt nước, rồi rơi xuống sàn kính với tiếng "SPLAT".

"Được rồi Charles, đủ bằng chứng cho tôi. Đưa chúng ta về nhà ngay lập tức."

Charles, người đã tháo kính của Raphael, giờ đeo lại kính với ý định tuân theo lệnh của E-Z, kêu lên: "Oh, chúng ở đó!"

"Bây giờ cậu có thể thấy sách không?" Sobo hỏi.

"Lúc đầu tôi không thấy, nhưng bây giờ thì thấy. Bây giờ tôi phải làm gì?"

"Điều đó không có nghĩa lý gì," Sobo nói, "tại sao họ lại hóa trang trước mặt cậu rồi lại lộ diện? Rosalie không đề cập đến những điều này."

"Tôi nghĩ không khí ở đây đang ảnh hưởng đến não chúng ta," E-Z nói. 'Tôi bắt đầu cảm thấy choáng váng. Chúng ta nên rời khỏi đây ngay lập tức, nếu không chúng ta sẽ nằm sõng soài trên nền ga như Hadz và Reiki."

Charles giơ tay ra và một cuốn sách bay vào tay anh, anh nhét nó vào trong áo. 'Đưa chúng ta quay lại!" anh hét lên. Lần đầu tiên họ thử, không có gì xảy ra.

"Có lẽ chúng ta cần nắm tay nhau," Sobo nói. "Và nhắm mắt lại."

Họ làm theo và ngay lập tức, những cơn gió mạnh bắt đầu thổi họ tung tóe trên bệ. Họ ôm chặt lấy nhau, như một đội bóng đá trước một pha bóng quan trọng, bám chặt vào nhau. Họ đẩy chân vào bệ, hy vọng không bị bay đi.

E-Z vắt óc suy nghĩ, cố tìm cách thoát ra. Liệu cách duy nhất là sử dụng cơ hội duy nhất để triệu hồi Raphael đến cứu họ? Anh nhìn sang Charles, người dường như đang mờ dần. "Charles!" anh hét lên, rồi anh nhận ra, phía sau lưng mình, Baby, Little Dorrit và Alfred đang lao tới với tốc độ chóng mặt.

Alfred hét lên: "Chúng ta phải đưa các cậu ra khỏi đây ngay lập tức. Nơi này như một ngọn hải đăng, chiếu sáng các cậu cho cả thế giới thấy, bao gồm cả The Furies!"

Sobo khóc nức nở: "Tôi không biết họ dùng Rosalie làm bẫy."

"Charles đã thấy những cuốn sách, và anh ấy thậm chí còn lấy được một cuốn. Hãy đưa chúng ta đến nơi an toàn. Không ai có lỗi. Ý định của các cậu đều tốt," E-Z nói.

"Cảm ơn," Sobo nói, khi cô bắt đầu mờ đi và xuất hiện lại, giống như Charles. Brandy nắm chặt tay cô và giữ chặt cho đến khi Sobo không còn mờ đi nữa.

Alfred nói, "Đi nào!"

Lachie nhảy lên lưng Baby, kéo Charles run rẩy lên cùng và họ bay đi. Bên trong áo, cuốn sách anh đang cầm mở rộng ra và hai nút áo bay ra. Anh giữ cuốn sách chặt bằng một tay, tay kia ôm Lachie khi Baby tăng tốc.

Little Dorrit cúi xuống mà không chạm vào bệ, để những người khác lên tàu, trong khi E-Z nắm lấy Hadz và Reiki. Họ bay đi, Alfred và E-Z bay song song, bầu trời chuyển từ xanh sang đen, đen sang xanh, rồi lại đen, và những ngôi sao xuất hiện, nhưng đó không phải là sao. Đó là những con mắt. Những con mắt bắn ra từ mũi, giống như những con mắt anh đã gặp ở Thung lũng Tử Thần khi lần đầu gặp The Furies.

SPLAT. SPLAT. SPLAT.

SPLAT. SPLAT. SPLAT. SPLAT.

SPLAT. SPLAT. SPLAT. SPLAT. SPL-

Charles hét lên bằng hết sức lực, "VỀ NHÀ!" Và lần này nó hiệu quả. Họ đã về nhà. An toàn.

Haruto ôm chầm lấy bà của mình.

"Thật vui khi được về nhà lại," mỗi người nói với nhau.

Một lúc sau, Sam và Samantha đến.

$$* * *$$

" Chúng tôi thấy các bạn đang ngủ trong phòng. Chúng tôi không biết phải làm gì," Sam nói.

"Đó là một câu chuyện dài," E-Z nói.

Sobo hỏi Charles: "Anh có giữ được cuốn sách không?" "Có chứ," Charles nói, giơ nó lên. Đó là một cuốn sách dày, bìa cứng, với lưng sách dày có thể nhìn thấy và đọc được bởi tất cả –

Great Expectations của Charles Dickens.

"Cậu mang về một trong những cuốn sách của mình à?" Brandy kêu lên.

Lachie khịt mũi.

"Tôi…" Charles nói. "Cậu bảo tôi chọn bất kỳ cuốn sách nào, và đây là cuốn tôi chọn ngẫu nhiên."

"Mọi thứ đều có lý do của nó," Lia nói.

"Nhưng điều này thật quá đáng," Brandy kêu lên.

"Mọi người bình tĩnh lại," E-Z nói. 'Charles đã làm hết sức mình trong hoàn cảnh đó – và ít nhất anh ấy có thể nhìn thấy sách. Chúng ta thì không."

"Great Expectations,' Alfred nói, 'là một cuốn sách tuyệt vời!' Anh ta nghe giống như phiên bản Anh của Tony the Tiger trong quảng cáo ngũ cốc.

"Anh ấy đúng," Sam và Samantha đồng ý. "Đó là một trong những tiểu thuyết hay nhất từng được viết."

Charles tháo kính của Raphael và đưa lại cho E-Z, người lập tức đeo vào. Anh lắc đầu, nhưng tiêu đề cuốn sách Charles đang cầm vẫn khác. Anh đọc to tiêu đề mới,

"Field of Dreams by W. P. Kinsella."

"Để em thử," Lia nói, với tay lấy kính của Raphael.

"Đợi đã!" E-Z la lên, khi Lia tháo kính khỏi mặt anh. "Đừng đeo vào. Nhớ không, Raphael đã nói chỉ có tôi mới được đeo, nhưng tôi đã làm ngoại lệ cho Charles vì giấc mơ của Sobo, nhưng tôi không nghĩ chúng ta nên chuyền tay nhau. Hơn nữa, chúng ta đã biết câu trả lời cho câu hỏi mà tất cả chúng ta đang tự hỏi. Đó là một cuốn sách trở thành bất kỳ tiêu đề nào mà người đọc muốn thấy."

"Hoặc cần thấy," Sobo nói.

"Nhưng tôi không muốn hay cần phải thấy 'Great Expectations'. Tôi thậm chí còn chưa từng nghe nói đến nó!"

"Nhưng hãy tưởng tượng," Sam nói, 'thư viện đó có thể trở thành gì trong tương lai. Tất cả chúng ta chỉ cần nghĩ ra tiêu đề của một cuốn sách, và voila, chúng ta đang cầm nó trong tay."

"Nhưng điều đó sẽ không tốt cho các tác giả, ý tôi là họ sẽ được trả tiền như thế nào?' Samantha hỏi.

"Tôi không biết mọi thứ sẽ hoạt động như thế nào, và có thể chúng ta đang bỏ lỡ điều gì đó quan trọng," Alfred nói.

"Quan trọng như thế nào?" E-Z hỏi.

"Nếu như chính cuốn sách là người chọn độc giả thay vì ngược lại?"

"Doo-doo-doo-doo," Brandy hát, đó là nhạc từ The Twilight Zone.

"Hãy tóm tắt lại. Sobo đã mơ thấy Rosalie cho cô xem Thư viện Mây và với cặp kính của Raphael, Charles có thể đưa chúng ta đến đó. Anh ấy đã làm vậy, nhưng nơi đó không như mong đợi. Chỉ Charles mới có thể nhìn thấy sách, anh ấy cầm một cuốn và trên đường về, chúng ta bị tấn công bởi những con mắt bắn mũi giống như những con đã tấn công Hadz Reiki và tôi ở Thung lũng Tử Thần.""Đó là tóm tắt," Brandy nói.

"Điều tôi đang thắc mắc là, liệu Eriel có nói với The Furies về việc Raphael đưa kính cho E-Z không," Lachie hỏi.

"Đó là điều chúng ta có thể không bao giờ biết," E-Z nói, "bởi vì Michael chỉ cho Eriel một cơ hội để nói chuyện với tôi." Anh ta đến cửa sổ và nhìn ra ngoài. "Tôi tự hỏi," anh ta nói.

"Tự hỏi gì?" mọi người đồng thanh.

"Nếu The Furies biết về cặp kính và sức mạnh của họ. Nếu họ đã lừa chúng ta qua Rosalie để đến Thư viện Mây, thì họ chắc chắn biết về Charles. Điều đó có nghĩa là anh ta không còn là vũ khí bí mật nữa. Làm sao họ có thể biết được? Và những vết bẩn trên mắt – đó là quá nhiều sự trùng hợp."

"Eriel đã bảo anh dùng cặp kính," Alfred nói.

"Tôi đã thấy anh ta, cách anh ta bị giam giữ và không có cách nào, không có cách nào anh ta có thể gửi tin nhắn cho The Furies... không với Michael canh chừng từng bước của anh ta." E-Z lùi lại chỗ mọi người. "À mà Alfred, làm sao cậu tách khỏi chúng t ôi?"

"Tôi bị lạc trong một đám mây đen, cho đến khi tôi gọi Little Dorrit và Baby giúp tôi và cậu biết phần còn lại."

"Thật kỳ lạ," Charles nói. 'Một phút trước tôi không thấy sách, tôi tháo kính ra, đeo lại và chúng ở khắp mọi nơi. Vẫn vậy, tôi là người duy nhất có thể thấy chúng."

"Tôi có thể thấy chúng,' Baby nói. 'Cuốn này bay về phía tôi,' anh ta ném nó cho Charles, người bắt được bằng hai ngón tay.

Đó là một cuốn sách mini, với tiêu đề nhỏ trên lưng mà mọi người đọc to:

"Mọi điều bạn muốn biết về The Furies nhưng sợ không dám hỏi của Tác giả ẩn danh."

"Đúng rồi!" Brandy reo lên.

Họ tụ tập quanh cuốn sách nhỏ, trong khi Charles cẩn thận mở nó ra. Bìa trước trống trơn, trang đầu tiên cũng vậy. Anh lật sang trang tiếp theo, nơi có những từ ngữ, nhưng chúng lập tức bắt đầu di chuyển, xáo trộn. Những từ ngữ trôi nổi trên trang giấy, xáo trộn và sắp xếp lại như thể chúng đã quên mất mình là từ ngữ và ngôn ngữ gì.

E-Z, vẫn đeo kính của Raphael, cảm thấy chóng mặt khi những từ ngữ di chuyển, và anh ta tháo kính ra.

"Cậu thử đi," anh ta nói với Charles, đưa kính cho anh ta.

Charles đeo kính vào rồi nhanh chóng tháo ra, chạy đến cửa sổ hít thở không khí trong lành. Anh ta đưa kính lại cho E-Z.

"Bây giờ đến lượt cậu," anh ta nói với Sobo, người từ chối đeo kính, cũng như Haruto.

"Tôi sẽ thử," Lia nói, nhưng cô nhanh chóng gia nhập Charles bên cửa sổ.

"Lachie?" E-Z hỏi.

"Được thôi," anh ta nói, đeo kính vào rồi lập tức tháo ra. 'Không được,' anh ta nói, ngã xuống giường.

"Để tôi thử!" Brandy nói, khi E-Z đưa kính cho cô, và cô đeo lên mặt. 'Chờ đã,' cô nói, 'tôi nghĩ tôi thấy gì đó, nó là nó là...' và cô phun ra một chất lỏng xanh, may mắn là trúng tường chứ không trúng ai.

"Đi với chúng tôi," Sam và Samantha nói với Brandy, "chúng tôi sẽ giúp cậu lau sạch."

"Ừm, cảm ơn," E-Z nói, quay ghế về phía Alfred, rồi đặt kính lên mỏ.

"Một con thiên nga đeo kính. Thật là ngớ ngẩn!" Alfred nói.

"Trông cậu rất chăm chỉ!" Charles nói.

"Trông cậu giống Giáo sư Ludwig Von Drake!" Brandy reo lên.

Sam nói, "Ông ấy là thầy của Donald Duck."

"À," những người quá trẻ để biết Donald Duck nói.

"Ôi trời," Alfred nói, khi những từ ngữ ngừng xoay và trở lại cách tác giả đã viết. Anh đọc hai trang đầu tiên, rồi trang tiếp theo, trang tiếp theo và trang tiếp theo. Anh lướt qua cả cuốn sách với tốc độ của một người đọc nhanh và khi anh xong, cuốn sách tự động đóng s ập lại.

POOF

Và nó biến mất.

"Well, đó là điều thú vị," Alfred nói, đưa kính lại cho E-Z và ngăn mình không ngã.

"Ý anh là anh đã đọc hết cả cuốn sách?" Sam nói. "Cặp kính này thật kỳ diệu."

"Tôi nhớ hết mọi thứ, nhưng tôi cần thời gian để xử lý thông tin và nghỉ ngơi. Tôi không muốn ngồi đây đọc lại cho các bạn nghe. Tốt hơn là tôi sẽ sắp xếp những gì đã học và sau đó chúng ta sẽ thảo luận."

"Nếu như," Brandy hỏi, 'anh bỏ sót điều gì đó mà một trong chúng tôi không bỏ sót? Không có ý gì đâu."

Alfred cười. 'Chỉ vì bây giờ tôi đang ở dạng thiên nga không có nghĩa là tôi chưa từng đọc hàng trăm cuốn sách trong đời. Thực ra, khi còn trẻ, tôi đã theo học tại Đại học Oxford và tốt nghiệp với bằng danh dự. Tôi đã nghiên cứu Văn học và Nghệ thuật."

E-Z nói, "Anh không chọn cuốn sách – cuốn sách đã chọn anh. Không ai trong chúng tôi có thể đọc được một chữ nào trong đó."

"Cảm ơn vì đã tin tưởng tôi."

Lia nói, 'Anh muốn suy nghĩ thêm bao lâu? Chúng ta có thể đi xem bộ phim đó không?"

Samantha nói, 'Tôi cần làm thêm ít bỏng ngô. Chúng ta đã ăn hết tô kia rồi."

"Ăn vì stress," Sam nói với nụ cười mỉm.

"Cảm ơn," Alfred nói. "Tôi sẽ quay lại ngay khi có thể."

"Hãy dành thời gian cần thiết," E-Z nói, "hãy đến tham gia cùng chúng tôi khi bạn sẵn sàng."

Nhóm bạn vào phòng khách và chuẩn bị xem phim. Samantha làm thêm bắp rang trong lò vi sóng. Mọi người tụ tập lại để xem phim.

Alfred ngủ một lúc ở chỗ quen thuộc, nhưng anh mơ những giấc mơ, chủ yếu là ác mộng, và cuối cùng anh tự đưa mình ra vườn hít thở không khí trong lành. Mọi người đều trông cậy vào anh, và áp lực đè nặng lên anh, khi nội dung cuốn sách nhỏ xoay vòng trong tâm t rí anh.

20
THÔNG FRANCE

E-Z xem nửa đầu bộ phim cùng mọi người, sau đó cảm thấy bồn chồn, anh quyết định tranh thủ làm việc. Anh thò đầu vào phòng, tưởng Alfred đang ngủ say nhưng không thấy đâu. Lo lắng, anh ra cửa sau và nhìn ra ngoài, thấy con thiên nga đang ngủ say trên ghế xếp. Anh đóng cửa và quay lại phòng, mở laptop và đăng nhập.

Anh ta suy nghĩ đi suy nghĩ lại vài lần, không biết nên tập trung viết tiểu thuyết hay dành thời gian nghiên cứu thêm về kẻ thù của họ, The Furies. Tiếng thông báo tin nhắn vang lên trong hộp thư đến đã giúp anh ta quyết định. Tin nhắn có dấu tick đỏ, cho thấy tính cấp bách, và dù không có tệp đính kèm, anh ta không nhấp vào. Thay vào đó, anh ta đọc nội dung trong phần xem trước. Hoặc cố gắng đọc nó. Tin nhắn hoàn toàn bằng một ngôn ngữ khác. Anh nhận ra một vài từ tiếng Pháp, nên anh sao chép văn bản, mở trình duyệt, và dán nội dung vào công cụ dịch trực tuyến:

Thân gửi E-Z Dickens,

Tôi tên là François Dubois và tôi 7 tuổi. Tôi sống ở Paris, Pháp, và tôi muốn gia nhập đội siêu anh hùng của anh. Bạn có thể thắc mắc về những kỹ năng tôi có thể đóng góp cho đội. Đó là một câu hỏi hay và tôi rất sẵn lòng trả lời. Nhưng tôi tự hỏi liệu trang web này có an toàn không.

Nếu bạn muốn trò chuyện thêm, bạn có thể gửi email trực tiếp cho tôi. Địa chỉ email của tôi đã được đính kèm. Tôi mong sớm nhận được tin từ bạn.

Bạn của bạn,

Francois

Anh nhấn nút gửi và bản dịch sau đây xuất hiện:

Kính gửi E-Z Dickens,

Tên tôi là Francois Dubois và tôi bảy tuổi. Tôi sống ở Paris, Pháp, và tôi muốn gia nhập đội Siêu anh hùng của bạn. Bạn có thể hỏi tôi có thể đóng góp những kỹ năng gì cho đội. Đó là một câu hỏi hay và tôi rất vui được trả lời. Nhưng tôi không biết trang web này có an toàn không?

Nếu bạn muốn trò chuyện thêm, bạn có thể gửi email trực tiếp cho tôi. Địa chỉ email của tôi đã được đính kèm. Tôi mong sớm nhận được tin từ bạn.

Bạn của bạn,

Francois

Tò mò, anh ta đọc lại tin nhắn nhiều lần, suy nghĩ về thời điểm gửi tin. Anh tự hỏi liệu mình có đang quá đa nghi khi nghĩ rằng một đứa trẻ từ Pháp có thể đang hợp tác với The Furies. Dù có thể anh đang quá cẩn thận, nhưng anh có quyền làm vậy và với tư cách là người lãnh đạo đội, anh phải đảm bảo rằng những câu hỏi như thế này là hợp lệ. Anh sẽ cần sự giúp đỡ của Uncle Sam để điều tra, nhưng trước tiên, anh sẽ thử thăm dò xem có gì trở lại.

Anh ta viết một tin nhắn ngắn gọn mà không dịch. Cậu bé có thể sử dụng công cụ tìm kiếm, giống như anh ta đã làm, và tìm một trình dịch. Sau khi đọc lại nhiều lần, anh ta nhấn GỬI.

Thân mến, Francois,

Cảm ơn bạn đã gửi tin nhắn. Bạn đã nghe về chúng tôi như thế nào? Thân ái,

E-Z.

Trả lời của Francois đến nhanh đến mức khiến E-Z càng thêm nghi ngờ. Lần này bằng tiếng Anh, nội dung như sau:

Thân mến E-Z,

Cảm ơn bạn đã trả lời nhanh chóng.

Giáo viên của tôi đã xem trang web của bạn, và chúng tôi đã tìm hiểu về bạn và đội của bạn trong bài học về sự kiện hiện tại.

Hy vọng sớm nhận được tin từ bạn.

Bạn của bạn,

Francois.

Nó nghe có vẻ hợp lý. Anh ta gõ một tin nhắn khác, hỏi Francois về loại siêu năng lực mà anh ta có thể cung cấp cho đội của mình để anh ta có thể thảo luận với họ. Một lúc sau, Francois gửi cho anh ta tin nhắn sau:

Thân mến E-Z,

Cảm ơn bạn đã cho tôi cơ hội kể cho bạn nghe về kỹ năng siêu anh hùng của mình.

Đầu tiên, giống như bạn, tôi không phải lúc nào cũng là một siêu anh hùng. Đây là điều chúng ta có chung. Đó là lý do tại sao tôi nghĩ mình sẽ là một thành viên phù hợp cho đội của bạn.

Thay vì kể cho bạn nghe, tôi muốn cho bạn xem. Đính kèm là một lời mời riêng tư để xem kênh YouTube của chúng tôi – bố tôi đã giúp tôi. Liên kết này chỉ dành cho bạn và lời mời xem sẽ hết hạn sau 24 giờ.

Tôi mong nhận được phản hồi từ bạn sau khi bạn xem xong.

Bạn của bạn,

Francois.

Tò mò và không do dự, E-Z nhấp vào liên kết. Một thông báo hiện lên yêu cầu anh trả lời một câu hỏi, và anh không gặp khó khăn gì vì nó liên quan đến bóng chày.

Sau khi vào, anh nhấp vào video, tăng âm lượng và video bắt đầu ngay lập tức.

Người đầu tiên anh thấy là một cậu bé tự giới thiệu mình là Francois Dubois, 7 tuổi, qua văn bản được dịch từ tiếng Pháp ở cuối màn hình.

Cậu bé rất cao, thậm chí còn cao hơn nhiều so với những thước đo chiều cao xung quanh. Cha cậu bé zoom vào để cho thấy Francois, dù mới 7 tuổi, đã cao 163 cm (5 ft. 4 in.). Ngoài chiều cao, Francois trông như bất kỳ đứa trẻ 7 tuổi nào khác, với mái tóc nâu đỏ, cặp kính dày viền đen trên mũi, áo sơ mi caro, quần jean xanh và giày thể thao đen.

"Bonjour E-Z!" Francois nói, nở nụ cười tươi tắn, để lộ hai chiếc răng cửa trước bị mất.

E-Z mỉm cười đáp lại, rồi quan sát Francois và cha cậu thảo luận một vấn đề bằng tiếng Pháp mà không có phiên dịch. Cuộc trò chuyện dường như khá căng thẳng, dựa trên cử chỉ tay và biểu cảm khuôn mặt của họ. Anh hy vọng Francois không định làm điều gì nguy h iểm.

E-Z nhìn Francois tiếp tục đi về phía địa danh nổi tiếng nhất của Paris, Pháp - Tháp Eiffel. Một biển báo bên ngoài cho biết giá vé vào cửa dành cho người từ 12-24 tuổi là 5 euro. Francois nhắm mắt lại, rồi mở ra. Chờ đã. Có gì đó đã thay đổi, có lẽ là ánh sáng.

Anh tiếp tục quan sát khi Francois đứng bên cạnh một biển báo khác ghi:

Triển lãm Thế giới Paris, ngày 15 tháng 5 năm 1889.

"WHOA!" E-Z thốt lên, cố gắng hiểu điều mình vừa chứng kiến. Du hành thời gian?

Francois nhắm mắt lại và quay trở lại bên biển báo ban đầu: 12-24 tuổi, 5 euro.

Màn hình trở nên mờ ảo. Dòng chữ xuất hiện ở đáy màn hình: "Xin chờ một lát."

Với một tiếng click, camera bắt đầu quay lại, nhưng lần này, Francois đang đứng bên cạnh Nhà thờ

Notre-Dame de Paris. Kể từ sau trận hỏa hoạn năm 2019, nhà thờ đang được tái xây dựng và những giàn giáo cùng cần cẩu đang hoạt động nhộn nhịp.

Như trước đó, Francois nhắm mắt rồi mở ra.

"Không thể nào!" E-Z thốt lên.

François đang ở năm 1163, chính ngày mà viên đá đầu tiên của Nhà thờ Notre-Dame được đặt xuống.

E-Z nhấn pause. Liệu đây có phải là giả? Tất nhiên là có thể. Với công nghệ ngày nay, ai cũng có thể làm giả mọi thứ. Nhưng có điều gì đó trong giác của anh mách bảo rằng điều này là thật. Anh cần một ý kiến thứ hai. Anh cần Uncle Sam.

Nhìn Francois trên màn hình đang tạm dừng, E-Z nhấn play. Francois vẫy tay khi đoạn clip kết thúc.

E-Z nhấn và quay lại hộp thư đến. Anh nhấn reply và viết email sau cho Francois:

Thân gửi Francois,

Cảm ơn vì đã cho tôi thấy siêu năng lực của anh. Tôi cần thảo luận với đội. Nếu chúng ta quyết định nhận anh, anh có thể gia nhập chúng tôi sớm nhất vào lúc nào?

Bạn của anh,

E-Z

Anh đợi một lúc, đọc lại tin nhắn trước khi nhấn gửi. Anh cân nhắc thay đổi "IF" thành "WHEN". Do chưa quyết định, anh nghĩ đến khả năng du hành thời gian của Francois. Cậu bé sẽ là một thành viên tuyệt vời cho đội.

Tuy nhiên, anh cần ý kiến thứ hai. Trước khi suy nghĩ thêm, anh nhắn tin cho Sam: "Cậu có rảnh không?"

Một email mới xuất hiện trong hộp thư với nội dung:

HI E-Z,

Nếu bạn chấp nhận tôi vào đội, bạn có thể đến đón tôi không?

Bạn của bạn,

Francois.

Điều đó khiến anh phải suy nghĩ một lúc.

Anh trả lời:

Sẽ trả lời bạn sớm nhất có thể.

Bạn của bạn,

E-Z.

Sam bước vào bếp, "Có chuyện gì vậy, nhóc?"

"Xin lỗi đã làm phiền bạn xem phim."

"Tôi đang ngủ gật nên vui vì có chuyện để làm."

"Tôi nhận được email qua trang web của chúng ta từ một cậu bé ở Pháp muốn gia nhập đội của chúng ta. Cậu ấy và bố đã làm một đoạn video, tôi đã xem rồi.

Cậu ấy có kỹ năng ấn tượng. Hãy xem và cho tôi biết ý kiến của bạn."

Sam im lặng suốt thời gian đó. Khi video kết thúc, anh yêu cầu xem lại.

Khi video kết thúc lần thứ hai, E-Z hỏi: "Bạn nghĩ sao?"

"Tôi nghĩ những gì chúng ta thấy thật ấn tượng. Một cậu bé du hành thời gian từ Pháp."

"Chúng ta thực sự cần một siêu năng lực như vậy trong đội."

"Đúng vậy," Sam nói. 'Và đó là lý do tôi nghi ngờ. Anh đã liên lạc với cậu bé đó chưa?"

E-Z lướt qua những gì đã được nói cho đến nay.

"Làm sao cậu biết rằng anh chưa từng có siêu năng lực suốt đời?' anh hỏi.

"Đúng vậy, tôi cũng nghĩ vậy. Nhưng tôi nghĩ đó là một giả định hợp lý. Cậu bé đó thông minh."

"Đúng," Sam nói. "Anh có phiền nếu tôi xem xung quanh, xem có thể tìm được gì không?"

E-Z gật đầu, và Sam tiếp quản laptop. Anh kiểm tra địa chỉ IP, có vẻ hợp lệ. Anh không gặp khó khăn trong việc xác định vị trí của nó ở Paris.

Anh tìm kiếm tên Francois, biết được trường anh ta theo học. Biết anh ta chơi bóng rổ. Biết anh ta giỏi chính tả. Không có vẻ như anh ta gây rắc rối.

Rồi Sam tìm thấy thông báo tang lễ của mẹ Francois, người đã qua đời khi anh ta mới năm tuổi. Nguyên nhân tử vong không được nêu rõ, nhưng có yêu cầu quyên góp cho Quỹ Ung thư Vú Paris.

"Mọi thứ đều có vẻ hợp lệ," Sam nói.

"Vẫn còn nghi ngờ. Làm sao chúng ta có thể chắc chắn? Tôi không muốn mạo hiểm vô ích."

"Cách duy nhất để biết chắc chắn là phỏng vấn cậu bé trực tiếp." Anh do dự, "Hừm, cậu ta hỏi khi nào anh có thể đến đón cậu ta. Nghĩ lại, đó là một đề nghị khá kỳ lạ từ một đứa trẻ du hành thời gian."

"Ừ, tôi chưa nghĩ đến điều đó."

"Một điều chắc chắn, E-Z, nếu ai đó sẽ đưa cậu bé đi, đó sẽ là tôi. Anh cần ở đây."

"Tôi cảm ơn đề nghị của chú Sam, nhưng mạng sống của chú không phải là lựa chọn."

"Được rồi," Sam nói. 'Anh có nghe gì từ Alfred không?"

Alfred lạch bạch bước vào bếp. 'CÁI GÌ?" anh ta hỏi.

ZAP

Một chú mèo con trắng nhỏ xíu xuất hiện.

"Bonjour E-Z, tôi là Poppet. Francois gửi tôi đến."

"Ôi trời," E-Z chỉ nói vậy.

Ngay lập tức, một email từ Francois vang lên:

"Cô ấy đến an toàn chưa?"

Uncle Sam nói, 'Vậy là câu trả lời đã rõ."

E-Z gõ: 'Có, cô ấy đã đến."

ZAP

Poppet biến mất.

"Điều này thật tuyệt vời," Francois gõ. 'Khi nào sẵn sàng, nếu muốn tôi tham gia đội của cậu, tôi sẽ thử xem sao."

"Đợi đã,' E-Z nói.

"Làm sao Poppet biết chúng ta sống ở đâu?" Sam hỏi.

"Tôi không biết."

21
FRANCOIS

TNgày hôm sau, E-Z triệu tập một cuộc họp khẩn cấp. Khi mọi người đã ổn định chỗ ngồi, anh ta đi thẳng vào vấn đề.

"Một ứng viên tiềm năng đã đề nghị gia nhập đội của chúng ta. Sam và tôi đã xem xét hồ sơ của anh ta và mọi thứ đều hợp lệ."

"Tôi đồng ý với ý kiến đó," Sam nói.

E-Z gật đầu, 'Francois là một người du hành thời gian."

"Wow!' Lia nói.

"Tuyệt vời!" Lachie nói.

Những người khác cũng có những bình luận tương tự, ngoại trừ Charles, người hỏi, "Người du hành thời gian là gì?"

"Chính là anh!" Brandy nói.

"Đó là người có thể di chuyển từ thời gian này sang thời gian khác," Lia giải thích.

"Có lẽ các bạn nên xem đoạn clip này, sẽ hiểu rõ hơn. Tất cả chúng ta sẽ hiểu rõ hơn về khả năng của anh ta." Anh liếc nhìn Alfred, "Nhưng trước khi nói về Francois, tôi muốn nhường lời cho Alfred để anh ấy chia sẻ những gì đã phát hiện trong cuốn sách. Alfred, mời anh."

Con thiên nga trumpeter ho khan, tất cả ánh mắt đều hướng về phía anh.

"Tôi đã xem xét mọi thứ, từ đầu đến cuối, từ trái sang phải, và tôi e rằng điều đó không giúp ích được gì. Vì The Furies đã được giao một nhiệm vụ cụ thể – và họ đang tuân thủ nó (mặc dù họ đang vi phạm quy tắc) – tôi thậm chí không nghĩ Zeus có thể trừng phạt họ vì những gì họ đang làm."

"Anh đang nói là vô vọng sao?" Brandy hỏi.

"Không, tôi không nói là vô vọng, nhưng tôi thật sự không thấy lối thoát. Trừ khi họ không biết những gì chúng ta biết."

"Đó là gì?" Brandy hỏi.

"Kế hoạch của Eriel. Cách anh ta sử dụng họ. Nơi Eriel đang ở. Cách anh ta không thể liên lạc."

"Đúng, họ chắc hẳn đang thắc mắc tại sao anh ta không liên lạc với họ," Lachie nói.

"Và điều đó có thể gây ra sự nghi ngờ," Brandy thêm vào.

"Nếu như," Sam nói, "thông tin đó bị rò rỉ cho họ?" "Tôi cũng đang nghĩ như vậy," Samantha nói. "Có thể không có anh ta, họ sẽ bỏ chạy."

"Nhưng cũng có thể ngược lại. Không có anh ta giữ họ lại, họ có thể. Chà, ai biết họ sẽ làm gì!" E-Z nói.

"Họ đã thu thập được rất nhiều linh hồn," Lia nói. 'Tôi nghĩ E-Z đúng. Biết anh ta đã ra khỏi cuộc chơi có thể khiến họ liều lĩnh hơn."

Alfred nhận thấy cuộc trò chuyện đang đi vào ngõ cụt, 'Vậy, hãy nói về khả năng siêu nhiên của Francois. Anh ta là một nhà du hành thời gian. Anh ta có thể giúp chúng ta như thế nào?"

"Còn một điều nữa," E-Z bắt đầu, 'và chính Uncle Sam là người phát hiện ra điều này, nên có lẽ ông ấy là người giải thích tốt nhất."

"Không, anh nói đi,' Sam nói.

"Francois đã gửi một con mèo con đến đây."

"Một con mèo con?" Sobo hỏi.

"Đúng vậy. Tên nó là Poppet, và nó đến bếp. Tôi nhận được tin nhắn từ Francois ngay lập tức hỏi xem nó có đến an toàn không. Nó chào hỏi – vâng, nó có thể nói chuyện. Sau khi xác nhận nó đã đến an toàn, nó lại xuất hiện. Câu hỏi mà Sam đặt ra sau đó là, làm sao nó biết chúng ta sống ở đâu?"

"Chờ đã," Charles nói. 'Chẳng phải ai đó đã nói với tôi rằng địa chỉ của các cậu đã được đăng trực tuyến sao?"

"Tôi cũng nghe nói vậy,' Brandy nói.

Sam nói, "Wow, điều đó nghe như đã lâu lắm rồi, nhưng đó là sự thật."

Họ tụ tập quanh Sam và thấy ngôi nhà của họ trên mạng, kết nối với trang web mà ai cũng có thể xem.

"Chắc chắn rồi. Nếu họ biết chúng ta là ai, thì họ cũng biết chúng ta ở đâu," Sam nói. 'Trừ khi..."

"Trừ khi gì?' E-Z hỏi.

"Trừ khi họ không rành công nghệ như chúng ta nghĩ."

Sobo nói: "Đừng bao giờ coi thường kẻ thù. Đó là cách những kẻ phản diện trở thành anh hùng."

"Được rồi, trước tiên chúng ta xem Francois du hành thời gian, sau đó chúng ta sẽ brainstorm về cách anh ấy có thể giúp chúng ta đánh bại The Furies," E-Z nói.

Họ xem đoạn clip trong im lặng. Khi kết thúc, E-Z nói: "Tôi sẽ ghi lại danh sách. Ai muốn bắt đầu?"

"Không," Sam nói. 'Tôi nghĩ chúng ta nên viết ra theo cách truyền thống. Biết đấy, bằng bút và giấy.' Anh với tay vào ngăn kéo bếp, lấy ra một cuốn sổ ghi chép dùng để viết danh sách mua sắm và một cây bút. "Các bạn cứ brainstorm trước, tôi sẽ làm thư ký. Và các bạn thậm chí không cần trả lương cho tôi."

Một vài tiếng cười và tiếng cười khúc khích, sau đó ý tưởng bắt đầu tuôn ra:

#1. Francois có thể quay ngược thời gian, tìm hiểu chuyện gì đã xảy ra với PJ và Arden và ngăn chặn nó.

#2. Francois có thể quay ngược thời gian và ngăn tất cả trẻ em bị giết.

#3. Francois có thể quay ngược thời gian và ngăn cha mẹ của E-Z bị giết, ngăn tai nạn của anh ta xảy ra.

#4. Tương tự về tai nạn của Lia.

#5. Tương tự với tai nạn của gia đình Alfred.

#6. Tương tự với việc Lachlan bị nhốt trong lồng. Giữa chừng.

Haruto hạnh phúc với gia đình mới của mình. Kết thúc câu chuyện.

Brandy hài lòng với việc có thể chết và sống lại, mặc dù cô đã hỏi liệu quay lại ngày audition có phải là một lựa chọn khả thi hay không. Yêu cầu này bị từ chối nhất trí.

Charles cũng không hối hận.

Buổi brainstorming tiếp tục:

#7. Francois có thể quay lại thời điểm trước khi The Furies được tạo ra để đảm bảo họ có một điểm yếu.

#8. Francois có thể quay lại quá khứ, đến ngày đầu tiên Eriel gặp The Furies. Anh có thể làm gián điệp. Hoặc anh có thể đảm bảo họ không bao giờ gặp nhau?

#9. Nếu Poppet có thể xuất hiện và biến mất, Francois có thể làm điều tương tự không?

Alfred nói: "Chờ đã. Điều này hoàn toàn điên rồ, nhưng nếu Francois quay lại và xóa bỏ The Furies khỏi sự tồn tại thì sao?"

"Wow, đó là một ý tưởng tuyệt vời!" E-Z nói. "Nhưng trong tất cả các câu chuyện tôi đã đọc về du hành thời gian, việc can thiệp vào cuộc sống và thay đổi sự kiện luôn bị lên án."

"Đúng vậy, tôi nhớ điều đó từ Back to the Future. Nhưng từ kinh nghiệm cá nhân, " Brandy giải thích, "khi tôi chết và quay lại, những sự kiện dẫn đến cái chết của tôi dường như chưa từng xảy ra. Nó giống như một giấc mơ, nếu bạn hiểu ý tôi?"

"Sam duỗi người và ngáp. "Các em bé sắp thức dậy. Tôi không muốn vượt quá giới hạn lãnh đạo của E-Z, nhưng tôi nghĩ chúng ta cần dành thời gian suy nghĩ trước khi hành động."

"Đồng ý. Cảm ơn mọi người vì buổi brainstorming tuyệt vời," E-Z nói.

Và cuộc họp kết thúc.

22
MILK

Lia và những người khác dành cả ngày làm việc riêng. Buổi tối, mệt mỏi, cô trằn trọc nhưng không thể chợp mắt. Sau nhiều giờ không ngủ và lo lắng liên tục, cô xuống lầu để uống một chút sữa ấm.

Cô đặt một tách vào lò vi sóng, bấm 40 giây, rồi nhấn nút khởi động. Trong khi đồng hồ đếm ngược, cô nhìn những con số 39, 38, 37, 36, v.v., cho đến khi con số 33 xuất hiện. Đó là con số cuối cùng cô nhìn thấy.

"Ồ, chào Little Dorrit," cô nói, ước gì mình đã mặc áo choàng. "Chúng ta đi đâu vậy?"

"Chúng ta có nhiệm vụ," con kỳ lân nói. 'Chúng ta đi đâu?"

"Cậu không biết sao?"

"Không. Tôi đang làm việc của mình thì cậu gọi tôi, Lia, cậu không nhớ sao?"

"Tôi không gọi cậu,' Lia nói. "Tôi chưa ngủ. Điều này thật kỳ lạ."

Con kỳ lân đông cứng giữa không trung.

WHOOSH

Little Dorrit lao đi với tốc độ tối đa.

"Argghh!" Lia hét lên, bám chặt lấy mình. 'Có chuyện gì vậy? Tại sao cậu lại đi nhanh như vậy?"

"Tớ không biết,' con kỳ lân nói. 'Có vẻ như ai đó hoặc thứ gì đó đã kiểm soát tớ.' Cô cố gắng dừng lại, như đã làm chỉ vài giây trước. Nhưng bây giờ, dù cô làm gì, cô cũng không thể dừng lại. Cô cũng không thể giảm tốc độ.

"Cầm chặt lấy!" Little Dorrit hét lên, khi cơ thể cô bắt đầu lăn tròn về phía trước. 'Ôi không!"

Lia hét lên, nhưng vẫn bám chặt lấy. Cuối cùng họ dừng lại, nhưng thay vì chậm lại, họ lại lao nhanh hơn.

Họ tiếp tục bay mãi, đêm chuyển sang ngày. Khi mặt trời dần lên cao, khoảng cách giữa nó và họ ngày càng thu hẹp.

"Em cảm thấy da mình như đang cháy!' Lia kêu lên.

"Lông tôi cũng vậy," Little Dorrit nói. 'Để tôi thử quay lại lần nữa.' Cô bé thử làm và như lần trước, họ lăn lộn đầu đuôi, đầu đuôi, thu hẹp khoảng cách giữa họ và mặt trời nóng bỏng.

"Chúng ta phải quay lại!" Lia hét lên. "Nếu không, chúng ta sẽ chết."

"Nhưng tớ không thể dừng lại. Tớ không thể làm gì cả. Chờ đã, tớ sẽ nhờ Baby giúp."

Với mặt trời bốc cháy làm phông nền, ba sinh vật có cánh xuất hiện. Chúng nắm tay nhau, những bộ áo choàng đen xám xoáy tròn và uốn lượn quanh cơ t hể.

SNAP!

SNAP!

SNAP!

Tiếng động vang lên trong không trung như tiếng roi quất, kéo Lia và Little Dorrit về phía đó như bị hút bởi tia laser. Sấm rền vang, dù không có cơn bão nào xuất hiện, khi những móng vuốt của mặt trời vươn dài về phía họ, đe dọa hủy diệt sự tồn tại của h ọ.

"Chúng ta xong rồi!" Lia nói. 'Cảm ơn vì đã cố cứu chúng tôi.' Cô ôm chặt con unicorn. "Tôi ước gì bạn có dây cương. Có lẽ lúc đó tôi có thể quay bạn lại."

ZAP!

Dây cương xuất hiện.

Lia nắm chặt chúng, nhưng trước khi cô kịp kiểm soát, chúng tan chảy thành hư vô.

"Cậu nói đúng, chúng ta chắc chắn đã hết hy vọng," Little Dorrit nói. Những giọt nước mắt trong suốt chảy ra từ mắt cô.

BONJOUR

Francois xuất hiện, 'Tôi có thể giúp gì không?"

"Cậu có thể giúp được,' Lia reo lên. 'Đưa chúng tôi ra khỏi đây ngay!"

"Đóng mắt lại và nắm chặt,' Francois nói.

Lia và Little Dorrit run rẩy vì sợ hãi.

DING. DING. DING.

Lò vi sóng. Bếp.

Lia ngã xuống sàn.

Little Dorrit an toàn đáp xuống một dòng suối mát lạnh, nơi cô tung tóe nước rồi trở về nhà.

"Em đã đi đâu vậy?" Baby hỏi.

"Chắc em không nhận được tin nhắn của tôi. Thôi quên đi. Tôi mệt quá," Little Dorrit nói. "Tôi sẽ kể cho em nghe vào sáng mai."

23
NGÀY HÔM SAU

Đến lượt Sobo nấu bữa sáng, chính cô là người phát hiện Lia nằm trên sàn, cuộn tròn như một quả bóng len bị vứt bỏ.

Sobo hét lên: "Mau đến đây! Lia cần giúp đỡ!"

Samantha là người đến đầu tiên. Cô lập tức áp môi lên trán Lia để kiểm tra nhiệt độ, rồi hét lên gọi chồng mang nhiệt kế đến kiểm tra lại.

"Nhiệt độ của cô ấy là 107,7," Sam xác nhận. 'Chúng ta phải đưa cô ấy đến bệnh viện ngay."

Samantha gọi 911 trong khi Sam bế Lia lên, đặt cô ấy lên sofa và họ chờ xe cấp cứu.

"Tôi sẽ ở lại đây,' Sam nói, khi vợ anh và Sobo theo sau các nhân viên y tế mang Lia bất tỉnh trên cáng.

Khi xe cấp cứu rời khỏi lề đường với còi hụ in ỏi, Lia mở mắt và cố ngồi dậy.

"Em ổn rồi," cô nói.

Nhân viên y tế kiểm tra nhiệt độ của cô lần nữa và thấy bình thường. Anh ta nhún vai.

Khi đến bệnh viện, Lia đã trở lại bình thường và muốn về nhà ngay lập tức.

"Mặc dù các chỉ số sinh tồn của cô ấy hiện tại ổn định, nhưng vì các bạn đã gọi chúng tôi, chúng tôi cần tiếp tục theo dõi. Lia sẽ được nhập viện, và sau khi được bác sĩ trực cho phép, cô ấy sẽ được phép về nhà."

"Ít nhất hãy để tôi vào trong," người tham gia nói, khi tài xế mở cửa.

"Không, cô bé, ở lại đây," anh ta nói, trong khi họ chuẩn bị đưa cáng và người nằm trên đó vào trong, với Samantha và Sobo theo sau.

Samantha nhắn tin cho Sam cập nhật tình hình. Anh ta trả lời bằng biểu tượng ngón tay cái, đúng lúc cô gần như va vào PJ và bố mẹ Arden đang trên đường ra ngoài.

"Họ đã tỉnh! Các con trai chúng ta đã tỉnh!"

"Cả hai đứa?" Samantha reo lên, khi cô truyền đạt thông tin mới nhất cho Sam, người đã đánh thức cháu trai để báo tin vui.

"Sẽ đến ngay!" E-Z nói sau khi gọi taxi.

24
E-Z

E-Z đang trên đường đến gặp hai người bạn thân nhất của mình. Trong taxi, tâm trí anh không ngừng lặp đi lặp lại tin vui đó. Quá nhiều điều đã xảy ra. Quá nhiều điều họ đã bỏ lỡ. Quá nhiều điều anh muốn kể cho họ nghe. Muốn kể cho họ nghe.

"Anh biết phòng nào không?" y tá hỏi.

Anh trả lời không, và cô ấy nhanh chóng tìm phòng cho anh. Sau khi cảm ơn cô, anh bắt thang máy và đi đến phòng của họ, tự hỏi liệu mình nên mua gì cho họ. Hoa? Kẹo. Anh quyết định hỏi họ xem họ cần gì.

Khi đến trước cửa phòng, anh nghe thấy tiếng nói của họ bên trong và lén nghe một lúc trước khi bước vào. Rồi anh hít một hơi thật sâu, cố gắng kìm nén cảm xúc không để nó tràn ngập – anh không muốn trở nên sướt mướt và làm mình xấu hổ...

"Vào đi, anh chàng mềm lòng!" PJ nói.

"Ahhhhh, anh nhớ chúng em quá!" Arden nói.

"Sao hai cậu không trông đẹp trai hơn sau giấc ngủ ngon thế? À mà, hai cậu cần cạo râu đấy!"

"Chúng tớ không muốn lấn át cậu và tớ thích cảm giác của râu mép này," Arden nói.

"Chúng tớ biết cậu thích được chú ý! Tớ thấy chổi râu của cậu cũng cần cắt ngắn đấy!"

Mẹ của PJ, vừa trở lại phòng, thì thầm với E-Z rằng họ không muốn các cậu bé quá đà, vì họ mới chỉ thức dậy được vài giờ.

Sau khi trò chuyện một lúc, E-Z ôm cả hai người bạn và nói anh phải đi. "Tôi sẽ quay lại," anh hứa, "và tôi sẽ lén mang theo một hoặc hai chiếc burger – tôi nghe nói thức ăn bệnh viện thật sự rất tệ."

"Không được!" Mẹ Arden nói khi cũng quay lại phòng.

Anh lùi ghế ra sau, đối diện với mẹ Arden, hai người bạn đặt tay vào nhau, van nài anh mang đồ ăn cho họ.

Khi đi dọc hành lang, anh không thể tin mình đã nhớ họ đến vậy – và trông họ thật tốt. Anh xuống thang máy đến Khoa Cấp Cứu, nơi anh gặp Samantha và Sobo.

"Có tin gì không?" E-Z hỏi.

"Cô ấy ổn, nhưng rất tức giận vì họ bắt cô ấy ở lại để kiểm tra," Samantha nói. "Nhưng tôi sẽ cảm thấy tốt hơn khi cô ấy được phép ra ngoài và chúng ta có thể rời khỏi đây."

"Tôi cũng vậy," E-Z nói. "Để tôi đi xem sao." Anh ta đẩy dọc hành lang, lắng nghe tiếng nói bên trong khu vực có rèm che mà anh ta cho là khu vực tiếp nhận bệnh nhân. Cuối cùng, anh nghe thấy giọng Lia bên trong và bước vào.

"Xin hãy đợi bên ngoài," y tá nói.

"Nhưng cô ấy là em gái tôi."

"Tôi muốn về nhà – ngay bây giờ!" cô đòi, rồi khoanh tay trước ngực.

"Cô sẽ được xuất viện ngay khi bác sĩ cho phép. Và không một giây nào sớm hơn."

"Em thế nào? Mẹ lo cho em lắm."

"Tôi sẽ để hai người nói chuyện riêng," y tá nói. 'Bác sĩ sẽ đến ngay. À, và hãy đảm bảo cô ấy giữ bình tĩnh."

"Ừm, cảm ơn,' E-Z nói.

Khi cô ấy ra khỏi phòng, họ ôm nhau.

"Little Dorrit và tôi suýt bị cháy nắng!" cô nói. Cô kể cho E-Z nghe mọi chuyện, từ đầu đến cuối.

"Thật thú vị là Francois đã cứu các con."

"Con không biết anh ấy biết bằng cách nào. Little Dorrit và con nghĩ chúng con sắp chết rồi. Chắc chắn là The Furies. Chúng muốn thiêu sống chúng con! Chúng con bị bỏng nhẹ. Chúng là những phù thủy độc ác!"

"Có rắn không?" E-Z hỏi

"Rắn và roi."

"Nghe giống The Furies thật." E-Z do dự. Anh đổi chủ đề. "Cậu có nghe nói về PJ và Arden không?"

Cô lắc đầu.

"Họ đã tỉnh dậy!"

"Không thể nào! Đó là một sự trùng hợp kỳ lạ, cậu không nghĩ vậy sao? Họ cố giết Little Dorrit và tôi, trong khi hai người bạn đang hôn mê của chúng ta lại tỉnh d ậy."

"Cậu nói đúng, tôi nghĩ tất cả đều có liên quan."

Samantha kéo rèm sang một bên, "Cái gì liên quan đến nhau?" Cô ôm con gái. "Con cảm thấy thế nào bây giờ, bé yêu?"

"Con không phải là bé," Lia nói. "Nhưng con cảm thấy tốt hơn và muốn về nhà. Sau khi thăm PJ và Arden."

Sobo bước vào. Cô ôm Lia.

"Có chuyện gì xảy ra với con?" cô hỏi.

Lia lại giải thích mọi chuyện. Mẹ cô không bình tĩnh như Sobo. E-Z chạy lại và rót cho Sam một ly nước.

Trong khi đó, Sobo có rất nhiều câu hỏi. "Con đang hâm sữa trong lò vi sóng?"

Lia gật đầu.

"Và đó là lúc con bị điện giật ra khỏi bếp?"

"Đúng, và tôi bị hất thẳng lên lưng Little Dorrit. Little Dorrit nói tôi đã gọi cô ấy, nhưng tôi không làm vậy."

"Rồi sao nữa?" Sobo hỏi.

"À, Little Dorrit đang bay và chúng tôi đang trò chuyện. Khi cả hai không biết mình đang đi đâu hay tại sao, chúng tôi nghĩ đến việc quay lại. Sau đó, chúng tôi phát hiện ra Little Dorrit và tôi đang bị ép gần hơn và gần hơn về phía mặt trời mà không thể quay lại."

"Nhưng cậu và Little Dorrit không đáp ứng tiêu chí của The Furies. Họ không thể chạm vào hai người!" E-Z kêu lên.

Samantha nói, 'Có thể chỉ là trùng hợp.

Sobo lặp lại lời khuyên trước đó, 'Đừng bao giờ coi thường kẻ thù."

Khi Lia được phép về nhà, cô và E-Z đã bất ngờ tặng PJ và Arden những chiếc burger phô mai và khoai tây chiên mà họ đã lén mang vào.

Trên đường về nhà trong taxi, cùng Samantha, Sobo và Lia, E-Z chỉ nghĩ đến một điều duy nhất. The Furies đã tấn công Lia và Little Dorrit và họ đã thất bại. Không chỉ thất bại – nhờ Francois – mà bằng cách nào đó, vũ trụ đã đưa PJ và Arden trở lại.

Tình cờ? Anh không nghĩ vậy. Thay vào đó, điều anh muốn tin là sức mạnh của The Furies suy yếu nếu họ vượt ra ngoài phạm vi quyền hạn của mình.

Dù sao đi nữa, anh và đội của mình phải sẵn sàng bất cứ lúc nào để tận dụng tình huống.

Đây có thể là cơ hội duy nhất của họ.

Lợi thế duy nhất của họ.

25
SOBO

▮▮ Tôi phải hỏi thêm một câu nữa," Sam hỏi E-Z trước khi mọi người vào phòng họp.

"Được, hỏi đi," E-Z nói.

"À, tôi thắc mắc sao Rosalie lại không biết về Francois."

"Tôi," là tất cả những gì E-Z kịp nói trước khi Brandy và Lia bước vào bếp.

"Đừng để ý chúng tôi," Brandy nói, rồi mở tủ lạnh, lấy ra nước cam và uống hết trước khi vứt hộp vào thùng rác tái chế.

"À, cậu nên rửa sạch trước đã," E-Z nói, và Brandy làm theo. Sau đó, cô ngồi xuống ghế và lau miệng bằng mu bàn tay.

"Xin lỗi, tôi không có ý vô lễ, cậu biết đấy, đột ngột dừng lại như vậy. Tôi muốn tất cả chúng ta ở đây để thảo luận về những lo lắng của chú Sam."

"Được thôi," Lia nói, ngồi xuống bên cạnh Brandy.

Mọi người lần lượt đến và ngồi vào chỗ của mình quanh bàn.

E-Z bắt đầu bằng việc cập nhật cho mọi người về sự phục hồi kỳ diệu của PJ và Arden, điều này được tiếp nối bằng một tràng pháo tay nồng nhiệt từ tất cả mọi người, kể cả những người chưa từng gặp họ.

"Tiếp theo trong chương trình, và tôi nghĩ hai vấn đề này có thể liên quan đến nhau, Lia và Little Dorrit đã bị lừa ra khỏi nhà và cuộc sống của họ bị đe dọa. Nếu không có Francois, The Furies – những kẻ mà chúng ta cho là thủ phạm – có thể đã thành công."

"Bravo Francois!" Charles nói.

"Làm sao các bạn bị lừa?" Brandy hỏi.

"Điều đó xảy ra ở đâu?" Lachie hỏi.

"Lia, em có muốn kể không?" E-Z hỏi. Cô lắc đầu, không. 'Nếu tôi bỏ sót gì, hãy nhảy vào,' anh nói. Anh tiếp tục giải thích những gì đã xảy ra và tại sao họ cho rằng The Furies là thủ phạm.

"Kể từ đó, tôi đã suy nghĩ về The Furies và nhiệm vụ của họ. Như chúng ta biết, họ phải tuân theo nó. Khi họ cố giết Lia và Little Dorrit, họ đã vi phạm quy tắc. Lý do gì họ có thể đưa ra cho việc cố giết Lia hoặc Little Dorrit? Không chỉ vi phạm mệnh lệnh, họ còn thất bại. Bây giờ hãy xem điều gì xảy ra cùng lúc – tôi muốn nói đến PJ và Arden – họ tỉnh dậy từ trạng thái hôn mê. Tình cờ? Tôi không nghĩ vậy.

"Và càng kết nối những sự kiện này trong đầu, tôi càng nghi ngờ rằng The Furies có thể đang suy yếu. Nếu tôi đúng, thì bây giờ có thể là thời điểm thích hợp để chúng ta tiêu diệt họ."

"Điều đó có thể," Alfred nói, "nhưng tôi nhớ đã đọc về Einstein hồi còn đi học – điều đó có thể chứng minh ngược lại. Ý tôi là, có thể không phải là The Furies. Có thể đó là một sự rối loạn trong không-thời gian. Vì Francois đã cứu họ, và không ai trong chúng ta biết điều đó đang xảy ra, nên đó là một khả năng đáng để điều tra, bạn không nghĩ vậy sao?"

Sam đi qua đi lại. "Dựa trên mọi thứ chúng ta biết về The Furies và những gì tôi nhớ từ nghiên cứu về Einstein – để có thể uốn cong không-thời gian, Lia và Little Dorrit phải di chuyển nhanh hơn tốc độ ánh sáng – 186.282 dặm mỗi giây. Nếu bạn di chuyển với tốc độ đó, bạn sẽ di chuyển ngược thời gian chứ không phải tiến về phía trước."

"Chúng ta di chuyển nhanh, nhưng không nhanh đến mức đó," Lia nói.

"Hãy kể lại cho chúng tôi một lần nữa, Lia. Chi tiết từng khung hình. Cho đến lúc Francois xuất hiện," Alfred nói.

Câu chuyện của Lia bắt đầu trong bếp và kết thúc khi cô nằm trong bệnh viện.

Mọi người giơ tay biểu quyết, tất cả đều tin rằng The Furies là thủ phạm, nhưng không ai giải thích được tại sao Francois lại biết, hay làm thế nào anh ta được triệu h ồi.

"Cậu có gọi anh ta không?" E-Z hỏi. Ý tôi là, làm sao anh ta biết? Đó là điều tôi định hỏi anh ta."

"Điều đó đưa chúng ta quay lại điểm xuất phát hôm nay,' Sam nói. 'Và câu hỏi của tôi là, tại sao Rosalie không biết về Francois."

"Và Little Dorrit thế nào?' Sobo hỏi.

"Tôi không biết về Francois, nhưng con kỳ lân đang ngủ khi tôi ra ngoài hái cỏ sáng nay."

"À, vậy là tốt," Lia nói.

"Có lẽ các bác sĩ có giải thích tại sao PJ và Arden thức dậy vào lúc đó?" Sam hỏi.

"Đúng vậy, họ có thể có, nhưng tôi không thấy điều đó quan trọng với chúng ta. Không thực sự. Điều quan trọng là, họ đã tỉnh dậy và chúng ta vẫn chưa biết liệu The Furies có phải là thủ phạm hay không. Tuy nhiên, chúng ta có bằng chứng về những gì họ đã làm với những đứa trẻ khác và bằng cách nào đó chúng ta phải khiến họ phải trả giá. Và chúng ta phải khiến họ dừng lại."

"Có lẽ các bác sĩ có giải thích tại sao PJ và Arden tỉnh dậy vào lúc đó?" Sam hỏi.

"Đúng vậy, họ có thể có, nhưng tôi không thấy điều đó quan trọng đối với chúng ta. Không thực sự. Điều quan trọng là họ đã tỉnh dậy và chúng ta vẫn chưa biết liệu The Furies có phải là thủ phạm hay không. Tuy nhiên, chúng ta có bằng chứng về những gì họ đã làm với những đứa trẻ khác và bằng cách này hay cách khác, chúng ta phải khiến họ phải trả giá. Và chúng ta phải khiến họ dừng lại."

"Đúng vậy! Đúng vậy!" Charles nói, đập tay xuống bàn.

"Chúng ta có thể nói thêm về Francois không?" Brandy hỏi.

"Nếu anh ta không muốn nói cho chúng ta biết bất cứ điều gì," Charles hỏi, "trừ khi chúng ta chấp nhận anh ta là thành viên của đội?"

"Charles có lý," E-Z nói. "Tôi sẵn sàng dùng điều này làm bài kiểm tra với Francois. Nếu anh ta không muốn nói cho chúng ta biết những gì anh ta biết, thì có lẽ anh ta không phải là người của chúng ta."

"Nếu anh ta là một kẻ nói dối giỏi thì sao?" Brandy hỏi. 'Và có những người nói dối rất giỏi."

Lia nói, 'Tại sao chúng ta không làm một cuộc gọi Zoom? Chúng ta có thể trò chuyện với anh ta, xem anh ta là người như thế nào và sau đó chúng ta có thể bỏ phiếu về điều đó? Tôi đã sẵn sàng bỏ phiếu đồng ý."

"Không," E-Z nói. 'Tôi không muốn anh ta biết về Charles, Haruto, Lachie hay Brandy. Tất cả những gì anh ta biết bây giờ là những gì anh ta tìm thấy trên mạng."

"Nhưng mà,' Sam xen vào, 'Poppet đã có thể xuất hiện trong nhà chúng ta."

"Đúng vậy, có chuyện đó,' E-Z nói.

"Hơn nữa, anh ta đã cứu Little Dorrit và tôi – nên anh ta biết về cô ấy."

"Tôi cảm thấy chúng ta đang đi vòng quanh," Alfred nói. 'Trong khi đó, nhiều đứa trẻ đang chết và bị bắt vào Soul Catchers thuộc về những người đã chết,' Alfred nói. 'Tôi hy vọng chúng ta đã tiến xa hơn sau khi giải mã thông tin trong cuốn sách."

"Chờ đã,' E-Z nói. "Có ai thấy Hadz và Reiki hôm nay không?"

Không ai thấy.

Điện thoại của E-Z rung lên. Một tin nhắn dài từ PJ và Arden gửi đến:

"Đừng hỏi chúng tôi làm sao, nhưng chúng tôi biết The Furies đang đến chỗ các bạn. Và vâng, chúng tôi có kế hoạch. Chúng tôi cần biết ngay khi các bạn thấy họ. Gửi tin nhắn cho chúng tôi – và Haruto."

E-Z trả lời. "Cái gì????"

"Hãy tin chúng tôi," PJ nhắn lại.

Cả hai gửi biểu tượng ngón tay cái lên, sau đó anh giải thích tình hình cho Haruto và những người khác.

Biết rằng The Furies đã sẵn sàng bắt đầu cuộc chiến ngay bây giờ, trên lãnh địa của kẻ thù và không có thủ lĩnh Eriel, E-Z cảm thấy lo lắng. Tuy nhiên, họ đã mất yếu tố bất ngờ, nhờ PJ và Arden.

Vẫn ngồi chờ họ đến không phải là chiến lược tốt nhất.

Nhưng bây giờ họ có lợi thế. Tất cả những gì họ phải làm là ngồi chờ – và hy vọng.

26
Khách không

Tất cả mọi người tiếp tục công việc của mình, cố gắng giữ mình bận rộn trong khi chờ đợi. Rồi, dù tường gạch dày, một mùi hôi thối không thể chịu nổi đột ngột xộc vào.

"Cái gì vậy?" Lia hét lên, bịt mũi bằng ngón tay. "Tôi vẫn ngửi thấy mùi đó!"

Brandy cũng làm tương tự, bịt mũi bằng tay phải và tay trái, cô xịt nước hoa xung quanh phòng. Thay vì làm giảm mùi hôi, nó dường như làm không khí trở nên dày đặc hơn và làm mùi hôi càng nồng nặc.

"Ra ngoài đi!" Lachie nói. 'Có lẽ ở ngoài kia tốt hơn?' Anh mở cửa ra, dù lý trí mách bảo rằng nếu mùi hôi bên trong đã tệ, thì bên ngoài chắc chắn còn tệ hơn. Lúc đầu, các giác quan của anh bị đánh lừa và anh không ngửi thấy gì. Anh đang quen với mùi hôi sao?

Hay The Furies đang ném bom mùi hôi vào bên trong n hà?

Rồi anh nhìn thấy Little Dorrit và Baby đang bay lượn trên cao. "Ở đây cũng không tốt hơn!" Baby nói.

"Dù chúng ta đi đâu cũng vậy!" Little Dorrit thêm vào.

Rồi mùi hôi lại ập đến, như một cái tát vào mặt, và trong giây lát anh mất thăng bằng. Anh ta nhìn thấy dây phơi quần áo và những chiếc kẹp, và chạy về phía chúng. Anh ta kẹp một chiếc vào mũi, và voila, anh ta không ngửi thấy gì nữa. Anh ta vẫy tay gọi Little Dorrit và Baby xuống, và khi họ xuống, anh ta áp những chiếc kẹp cần thiết (mũi của họ cần vài chiếc) cho đến khi họ cũng không còn ngửi thấy mùi hôi thối nữa.

"Cảm ơn," Little Dorrit và Baby nói khi đứng dậy. "Chúng tớ sẽ canh chừng."

Lachie giơ ngón tay cái lên, rồi nhận ra có tiếng ồn ào ở con đường dẫn đến hàng rào trong vườn. Một nhóm sinh vật đang đứng thành vòng tròn, như đang họp. Anh tiến về phía họ, khi một con cú bay khỏi cành cây và đáp xuống vai anh.

"Ừm, chào," anh nói, nhìn vào mắt con cú. 'Chúng ta đã gặp nhau trước đây chưa?' Con cú gật đầu và anh nhận ra đó là Sobo. "Khi cậu nói siêu năng lực của cậu là biến hình, tớ không nghĩ cậu sẽ như thế này!"

"Haruto không biết," cô nói. 'Ít nhất là tôi không nghĩ anh ấy nhớ tôi - chưa.' Cô bay trở lại nhóm sinh vật, 'Hãy đến tham gia cùng chúng tôi,' cô nói.

Lachie đi giữa họ, được giới thiệu từng người một với một con hươu tên Oboe, một con gấu trúc tên Charlie, một con cáo tên Louise, một con chim (Blue Jay) tên Lenny và con chim thứ hai (Cardinal) tên P ercy.

"Chúng tôi đến đây để giúp đỡ," Oboe, con hươu, nói, 'nhưng chúng tôi rất sợ The Furies."

"Để tôi đối phó với chúng!' Charlie, con gấu trúc, hét lên. 'Tôi sẽ cào nát mắt chúng."

"Và tôi sẽ xé toạc cổ họng chúng!' Louise, con cáo, hét lên.

"Chờ đã! Đợi một phút!" Lachie nói. "Đây không phải là cuộc chiến của các bạn. Mặc dù tôi đánh giá cao sự giúp đỡ của các bạn, tại sao các bạn không để chúng tôi thử trước? Nếu chúng tôi cần giúp đỡ, tôi sẽ huýt sáo và các bạn có thể vào lúc đó?"

"Anh ấy đúng," Sobo nói. 'Mặc dù, anh ấy không có ý nói tôi.' Cô nhìn Lachie để chắc chắn rằng suy đoán của mình là đúng và gật đầu. "Tôi cần bảo vệ cháu trai và những người khác."

Lenny và Percy, hai con chim còn lại, ríu rít với nhau.

Sobo, người trước đó vẫn bình tĩnh, bây giờ bắt đầu đập cánh một cách hỗn loạn, lặp đi lặp lại: "Những điều tồi tệ đang đến! Những điều kinh khủng đang đến! Những điều đáng sợ đang đến!"

"Suỵt, Sobo," Lachie nói, cố gắng trấn an cô. "Chúng ta đã sẵn sàng và họ không biết rằng chúng ta biết họ đang đến."

THUMP THUMP THUMP THUMPING

THUMP THUMP THUMP THUMPING

THUMP THUMP THUMP THUMPING

Đó là tiếng động dưới chân họ, rung động như trái tim đang cố gắng thoát ra khỏi lồng ngực.

Tiếng đập tiếp theo là tiếng trống.

Rồi tiếng rền rĩ.

"Những con quỷ Furies đang đến!

Những con quỷ Furies đang đến!

Những con quỷ Furies đang đến!"

Trong khi bầu trời trên đầu họ xoáy tròn

Và quay cuồng.

Và bùng cháy.

Từ màu xanh lam rực rỡ sang màu cam đỏ máu.

Hàng xóm đổ xô ra ngoài, như thường lệ – để xem mùi hôi thối đó là gì. Một số người đỗ xe ồn ào ngất xỉu khi các giác quan của họ bị quá tải, và một số mang bắp rang ra hiên nhà để ăn và xem.

Họ không biết loại nguy hiểm nào đang ập đến.

Và vẫn có những dấu hiệu.

Những tiếng thì thầm rền rĩ.

Những tiếng đập thình thịch.

Tuy nhiên, nhiều người vẫn không chạy vào nhà để tìm chỗ an toàn.

Thay vào đó, họ ăn bỏng ngô và uống nước ngọt, vừa ăn vừa chờ đợi.

NGẮM NHÌN

Không TRỐN THOÁT.

Trong khi mặt đất dưới chân họ đang

THỤP THỤP THỤP THỤP

THUMP THUMP THUMP THUMPING

THUMP THUMP THUMP THUMPING

Rồi tiếng đập được tiếp theo bởi tiếng trống.

Rồi tiếng rì rầm.

"Những con quỷ đang đến! Những con quỷ đang đến! Những con quỷ đang đến!"

****

" Ra ngoài nào!" E-Z reo lên. 'Và đối mặt với họ trực diện!' Anh ta mở tung cửa trước, khiến nó đập mạnh vào tường.

Brandy, Lia, Haruto, Charles và Alfred đứng sau lưng anh ta, sẵn sàng hành động ngay khi nhận lệnh.

Anh liếc qua vai, thấy Sam và Samantha đang trên đường ra ngoài, "Không phải các cậu," anh nói. "Các em bé cần các cậu ở trong nhà. Để chúng tôi lo."

Sam và Samantha lùi lại.

Bây giờ bốn người lính đứng sát nhau trên sân trước, chờ đợi. Đối với một người lạ, họ có thể trông như một nhóm trẻ em đang chờ xe buýt đến trường vào một ngày bình thường. Nhưng đây không phải là một ngày bình thường. Đây là Ngày Tận Thế.

Cánh tay Lia run rẩy khi cô tìm kiếm trong tâm trí, mở rộng tâm trí mình, hy vọng có thể giải mã sức mạnh siêu nhiên của mình để truy cập vào tâm trí của The

Furies. Rằng cô có thể đặt mình vào đó và tìm bất kỳ manh mối, bất kỳ thông tin nào để giúp đội của mình – nhưng tâm trí cô vẫn trống rỗng.

Alfred nói, "Tôi sẽ bay lên mái nhà. Xem tôi có thể thấy gì."

E-Z gật đầu. "Cẩn thận. À, và xem có thể tìm thấy Lachie và Sobo không." Anh đã nhìn thấy con kỳ lân và rồng đang bay cao trên đầu họ. Anh đưa ngón tay cái lên.

Một tiếng huýt sáo lớn, Baby lao xuống, Lachie nhảy lên lưng nó và cùng nhau họ gia nhập Alfred trên mái nhà. Một con cú đáp xuống bên cạnh họ.

"Đó là Sobo," Lachie nói.

"Thấy gì không?" E-Z hỏi.

Alfred vỗ cánh, 'Có một kệ đá khổng lồ đang tiến về phía chúng ta, to như một tảng băng trôi nhưng di chuyển rất nhanh."

E-Z cố hình dung trong đầu, nhưng anh không thể vì làm sao anh và đội của mình có thể ngăn chặn thứ đó? Làm sao?

"Nó đang tiến về phía chúng ta như một cơn sóng thần,' Alfred nói.

"Nhưng nó không làm bằng nước," Lachie nói. 'Nó trông như làm bằng cát. Một đợt sóng cát. Mang theo ba người phụ nữ mặc đồ đen."

Một đợt sóng cát, đúng rồi, bây giờ anh có thể hình dung ra. 'ETA? Ý tôi là thời gian đến dự kiến?" E-Z hỏi.

"Khó nói," Alfred nói. "Chỉ còn vài phút..."

Trong khi đó, dưới chân họ, mặt đất tiếp tục rung động.

Và rung lên.

"Những con quỷ Furies đang đến! Những con quỷ Furies đang đến! Những con quỷ Furies đang đến!"

***

"Vào trong đi!" E-Z hét lên với những người hàng xóm tò mò. "Đóng cửa lại, khóa chặt. Và ai đó hãy đăng thông báo lên mạng xã hội. Bảo mọi người ở trong nhà. Đừng ra ngoài cho đến khi tôi cho phép! Đi ngay!"

Rầm.

Rầm.

Qua vai, Alfred, một con cú, Lachie và Baby đang nhìn ra ngoài, quan sát khi The Furies và đội của anh ta thu hẹp khoảng cách, trong khi Little Dorrit theo dõi từ trên cao.

Đã quá muộn để lập kế hoạch. Quá muộn để làm gì khác ngoài hy vọng họ đã sẵn sàng, khi gió thổi mạnh và đẩy họ xung quanh, và mặt đất rung chuyển đồng điệu với nhịp tim của họ.

CRASH.

Phía sau anh, cánh cửa trước bị bung ra và bay khỏi bản lề. Nó nảy lên và kêu lạch cạch dọc theo đường phố trước khi cuối cùng nằm im.

Sam bước ra. E-Z quay ghế về phía anh, không thể tin vào mắt mình.

Sam đã lắp ráp một bộ trang phục, hoặc nhiều bộ trang phục, tạo ra một nhân vật siêu anh hùng của riêng mình. Trên đầu anh là một chiếc mũ sắt của hiệp sĩ với mặt nạ được gập lên. Khi anh ta tiến về phía trước, mũ bảo hiểm hạ xuống và anh ta phải nhấn nút để đưa nó trở lại vị trí. Anh ta đã bôi đen vùng dưới mắt – giống như cầu thủ bóng chày làm để loại bỏ ánh sáng chói. Ngực anh ta phồng lên, như thể đang mặc một chiếc áo giáp chống đạn dưới áo, và phía sau anh ta là một chiếc áo choàng đen dài. Phần dưới cơ thể anh ta mặc quần jean đen và đôi giày chạy bộ yêu thích.

Nhóm siêu anh hùng cố gắng không cười khi anh ta đi bên cạnh họ, và họ nhận ra tên siêu anh hùng của anh ta – SAM THE MAN – được thêu trên vải ở vai.

Little Dorrit lao xuống, ném Brandy lên lưng. Tiếp theo, Lachie nhảy lên lưng Baby và cất cánh. Anh ta liếc nhìn mái nhà. Little Dorrit không còn ở đó. Alfred và con cú cất cánh khỏi mái nhà. Tất cả hạ cánh bên cạnh E-Z và những người khác.

"Một cho tất cả!" họ nói. 'Và tất cả cho một!"

"Nhưng Sobo của tôi đâu?' Haruto hỏi.

Sobo bay lên vai anh và ngay lập tức anh biết đó là cô. Sau đó cô biến thành hình dạng con người.

Nhóm trẻ con đã chứng kiến Sam the Uncle biến thành Sam The Man, và Sobo biến từ con cú thành bà lão, nhưng không ai trong số họ cảm thấy bất thường.

Bởi vì dưới chân họ, mặt đất tiếp tục ĐỘNG ĐỘNG.

Và RUNG RỤNG.

Nhưng lời nói đã thay đổi.

"Những con quỷ Furies sắp đến.

Những con quỷ Furies sắp đến.

Những con quỷ Furies sắp đến."

$$***$$

E-Z và đội của anh ta chứng kiến cảnh một cơn sóng cát khổng lồ như một con tàu chở khách khổng lồ đang tiến vào cảng từ từ trôi vào. Nhưng thứ đó xé toạc qua các con phố, san phẳng nhà cửa, cây cối và mọi sinh vật trên đường đi. Và nó không hề chậm lại.

Không còn đủ thời gian để họ thoát thân, hơn nữa, họ bị choáng váng bởi kích thước khổng lồ của nó. Nó dừng lại, và The Furies thống trị họ, tiếng cười the thé của chúng vang lên khi chúng nhìn xuống kẻ thù của mình lần đầu tiên.

"Chúng có thật không?" Tisi hỏi. "Chúng trông như những con búp bê nhỏ xíu đang chờ bị dẫm lên."

"Tôi thấy chúng có một con rồng và một con kỳ lân. Và một con thiên nga. Trời ơi!" Ali hét lên.

"Hãy nhớ tại sao chúng ta ở đây," Meg nói. "Hai đứa im lặng, để ta xuống nói chuyện với thủ lĩnh. Tên hắn là gì nhỉ?"

"E-Zed," Tisi hét lên.

"E-Zed," Ali hét lên.

Cả hai cùng nhau nói tên E-ZED, E-ZED, E-ZED."

"Họ đang gọi cậu là E-Z," Brandy nói, rồi đá chân.

"Không!" E-Z hét lên. "Chờ lệnh của tôi!" Nhưng đã quá muộn, Little Dorrit và Brandy đã bay lên nhưng không đi xa, tìm một chỗ trên mái nhà.

E-Z và phần còn lại của đội giữ vững vị trí.

"Họ đang chờ gì vậy?" Sam hỏi.

Charles nói: 'Họ hy vọng mùi hôi của họ sẽ làm việc thay cho họ.' Anh ta mỉm cười và mọi người cười theo. Mọi người trừ Sobo, người đã biến trở lại thành chim cú và bay lên mái nhà bên cạnh Brandy và Little Dorrit.

Những con Furies, với thính giác nhạy bén và có kế hoạch rõ ràng, không thích bị trở thành trò đùa của lũ trẻ siêu anh hùng. Chúng lần lượt bay lên trời. Khi chúng đến gần, mùi hôi thối càng nồng nặc hơn khi những chiếc áo choàng đen của chúng bay phấp phới trong gió.

"Bắt lấy!" Lachie hét lên, ném những chiếc kẹp quần áo cho từng thành viên trong đội.

Những phù thủy không còn hôi thối bay gần hơn, để lũ trẻ dưới đất có thể nhìn rõ hơn. Trên thực tế, chúng to lớn hơn cuộc sống, nhờ những con rắn trườn và trượt khắp cơ thể. Những con rắn có lưỡi chia đôi phun độc kèm theo tiếng roi quất vang dội, tạo nên một màn trình diễn tâm lý chiến xuất sắc.

Meg, theo kế hoạch ban đầu, là người phá vỡ im lặng, hét lên: "Eriel ở đâu? Chúng tôi biết các người đang giữ hắn! Trả hắn cho chúng tôi, NGAY LẬP TỨC!"

Tiếng hét chói tai của cô khiến trẻ em phải bịt tai, trong khi những vật dụng bằng kính như đèn đường, đèn hiên, cửa sổ và thậm chí cả kính trong tủ bếp vỡ tan tành trong vòng hàng dặm.

Khi chắc chắn Meg đã ngừng nói (vì miệng cô đã đóng lại), E-Z trả lời: "Hắn ở nơi dành cho những kẻ phản bội. Vậy bây giờ các người có thể bò về cái hang mà ba người đã bò ra!" Và khi hắn nói xong, hắn bay lên khỏi mặt đất, theo sau là Alfred, Sobo, Little Dorrit cùng Brandy Baby và Lachie trên lưng.

"Đây là lãnh địa của chúng ta. Đây là người của chúng ta – và các người không có quyền ở đây. Thực ra, các người không có quyền ở trên trái đất này. Các người chưa bao giờ có. Các người không thuộc về nơi này," E-Z nói. "Và chúng ta đã chán ngán sự thao túng của

Haruto biến mình thành vô hình và chạy nhanh hơn bao giờ hết đến bệnh viện, nơi anh gặp PJ và Arden đã ở bên trong trò chơi. Bây giờ mỗi người đều đã giết được một kẻ địch. Khi Haruto đến, họ giết thêm hai kẻ địch nữa.

Sự tham lam của The Furies đối với linh hồn trẻ em đã gửi linh hồn của chúng vào trò chơi.

"Chúng ta đã bắt được các ngươi!" ba nữ thần hét lên.

"Bây giờ!" PJ hét lên, trong khi Arden nhấn LƯU vào USB, và khi đã lưu xong, anh nhấn EJECT. Anh đóng USB bằng băng dính, rồi cho vào túi kín khí.

"Đưa cái này cho E-Z!" Arden nói.

Haruto hạ cánh xuống đất, ra hiệu cho bà của mình, người đã dùng mỏ mỏm mỏm mỏm mỏm mỏm mỏm mỏm mỏm mỏm mỏm mỏm mỏm mỏm mỏm mỏm mỏm mỏm mỏm mỏm mỏm mỏm mỏm mỏm mỏm mỏm mỏm mỏm mỏm mỏm m

E-Z cẩn thận đặt USB vào túi quần jeans, và lần tiếp theo anh nhìn vào The Furies, cảnh trong kính của Raphael đã thay đổi. Ba chị em đang mờ dần, nhưng những con rắn vẫn còn. Lúc đó anh mới nhận ra điểm yếu của chúng. "Những con rắn đang giữ chúng sống!" anh hét lên. "Chúng ta phải tiêu diệt những con rắn."

Brandy đã đủ gần để tấn công Alli. Tuy nhiên, cô cũng đủ gần để con rắn của Alli cắn cô – và nó đã làm vậy. Cô ngã xuống, và Little Dorrit bay đi, nhưng đã quá muộn, Brandy đã chết.

"Đưa cô ấy ra khỏi đây!" E-Z hét lên, và Little Dorrit bay lên trời trong tiếng khóc.

"Cô ấy sẽ ổn thôi," E-Z nói.

"Không nghĩ vậy," Alli cười. 'Rắn của chúng tôi không phải từ thế giới này. Nếu bị một con cắn, dù bạn có sức mạnh gì cũng vô dụng. Nhưng chúng tôi sẽ ở lại và chờ nếu bạn muốn? Rồi khi cô ta không quay lại – chúng tôi sẽ nổ tung phần còn lại của đội bạn thành từng mảnh!"

"Đồ khốn!' E-Z hét lên.

Sobo lao vào hành động, tấn công và rút từng con mắt rắn ra, ném chúng xuống đất. Khi cô xong với Alli, cô tiếp tục với Meg, rồi đến Tisi. Khi hoàn thành nhiệm vụ, bà lão quá mệt mỏi để làm gì khác ngoài việc hạ xuống bên cạnh cháu trai và trở lại hình dạng c on người.

"Nhưng Sobo," Haruto nói, "tôi cũng muốn chiến đấu."

"Hãy để họ làm phần còn lại," cô nói. "Ta quá mệt để mang theo ngươi."

Sobo và Haruto quan sát phần còn lại của đội tiêu diệt những con rắn.

Những con Furies mở miệng rồi đóng lại, nhưng không có tiếng động nào phát ra. Ngoài việc mất tiếng và mờ nhạt, cơ thể chúng cố gắng nổi lên trong khi máu trong tĩnh mạch chảy ròng ròng xuống.

Chiếc xe lăn của E-Z di chuyển dưới chúng, hứng những giọt máu và trộn lẫn máu của The Furies với các mẫu khác mà nó đã thu thập.

"Chúng đã chết," E-Z xác nhận, khi những bộ áo choàng trống rỗng của The Furies trôi lơ lửng như những bóng ma đen hướng về mặt đất.

Nhưng cuộc chiến chưa kết thúc.

***

Sau E-Z, làn sóng cát nhô lên, và khi nhìn thấy những đôi mắt bị đâm thủng xung quanh mình – đó là đôi mắt của tất cả con cái mình – con rắn mẹ khổng lồ từ từ tỉnh dậy.

Sam, người phát hiện ra chuyển động đầu tiên, hét lên: "Cẩn thận E-Z!" và khi không nghe thấy tiếng gọi của mình, Lia, Charles, Haruto và Sobo đều tham gia.

Lachie nghe thấy tiếng kêu của họ, và nhìn thấy con rắn đang trườn về phía E-Z. Anh nhìn vào mắt con rắn và nói: "KHÔNG!"

Trong giây lát, con rắn mẹ ngừng di chuyển, trông như thể nó đã nghe và hiểu lệnh của Lachie, rồi anh ta phát hiện một tia sáng lóe lên trong mắt nó. "Cúi xuống, E-Z!" anh ta hét lên, khi Baby mở miệng và phun lửa về phía E-Z và con rắn mẹ.

Tóc E-Z bốc cháy, anh ta vỗ tắt lửa, rồi ghế của anh ta rơi xuống đất.

Baby tiếp tục phun lửa vào con rắn mẹ khổng lồ cho đến khi nó bị thiêu rụi thành tro. Thay vì mùi hôi thối mà The Furies tạo ra, không khí giờ đây tràn ngập mùi thơm của gà, giống như mùi thịt nướng trong một bữa tiệc ngoài trời.

"Ừm, cảm ơn Baby và mọi người," E-Z nói, vừa vuốt tay qua giữa mái tóc. Phần tóc cứng như lông đã bị cháy sạch.

"Nó sẽ mọc lại," Sam nói, khi mặt đất dưới chân họ một lần nữa bắt đầu

RUNG RỘP

VÀ ĐỘNG

Xe lăn của E-Z tự động bay lên khỏi mặt đất và bắt đầu mưa xuống những giọt máu vào những hố sâu đã mở ra trên mặt đất.

"Điều gì đang xảy ra?" Alfred hỏi.

Dưới chân anh, xe lăn của anh tiếp tục chảy máu, đẩy anh đi từ chỗ này sang chỗ khác. "Một giọt nhỏ ở đây, một giọt nhỏ ở kia," anh lẩm bẩm trong đầu. Trên mặt đất, đội của anh đang lặp lại những lời đó, 'Một giọt nhỏ ở đây, một giọt nhỏ ở kia,' rồi cùng nhau kết thúc bài thơ, 'một giọt nhỏ, khắp nơi,' rồi bắt đầu lại từ đầu. Anh lắc đầu... liệu tất cả họ đều đang đọc suy nghĩ của anh?

Dưới chân họ, mặt đất tiếp tục rung chuyển.

TIẾNG TRỐNG.

TIẾNG RUNG.

TIẾNG CO GIẬT.

TIẾNG THU HẸP.

Lia bay lên khỏi mặt đất, dang rộng hai tay hết cỡ, đầu ngửa ra sau và mắt nhìn lên trời. Trên cao, bầu trời rách toạc. Mưa bắt đầu rơi, nhưng khi những giọt mưa chạm xuống mặt đường, chúng chuyển thành những vệt đỏ. Bầu trời đang khóc những giọt nước mắt máu, trong khi Lia lắc lư và uốn éo trong không trung như một con rối không dây.

Những người khác, trừ Baby và Lachie, chạy ra hiên nhà để tránh cơn mưa máu, không thể làm gì cho Lia, người vẫn đang lơ lửng và trong trạng thái mê man.

"Chúng ta sẽ đảm bảo cô ấy không rơi xuống," E-Z nói, "còn lại hãy tìm chỗ trú ẩn."

ĐỘNG ĐẬP.

ĐẨY.

Rồi có sấm chớp.

Tiếp theo là sấm sét.

Khi thiên thần Michael phá vỡ rào cản và bay xuống cho đến khi gần E-Z.

"Tôi hiểu tình hình đang được kiểm soát," Michael nói.

"Đúng, linh hồn của The Furies đang ở trong USB này."

"Ném cho ta," Michael nói.

Như ném một quả bóng chày về phía gôn thứ hai, E-Z bắn chiếc USB về phía Michael, người vươn tay bắt lấy và bao bọc nó trong băng. 'Ta, Eriel, sẽ có bạn đồng hành,' Michael nói. 'Họ sẽ bị đóng băng mãi mãi. À, và còn nữa, làm tốt lắm mọi người!' Rồi nhanh như khi xuất hiện, anh bay đi.

"Còn Lia thì sao?" E-Z hét lên, nhưng Michael không trả lời.

Đất bắt đầu rung chuyển và xoắn vặn dù The Furies đã không còn ở đó, và máu không còn chảy từ trời hay từ xe lăn của anh ta.

Lia vẫn lơ lửng với đôi mắt hướng lên trời, khi nó xoáy tròn từ những giọt máu thành màu xanh, và dưới chân họ, những hố sâu trên mặt đất được chữa lành bằng cỏ, cây cối và hoa.

Rồi mọi thứ trở nên im lặng, khi Lia, vẫn trong trạng thái mê man, từ từ hạ xuống mặt đất. Nằm sấp trên mặt đất, hai tay vẫn dang rộng, cô cảm nhận cỏ dưới lưng và mỉm cười mệt mỏi, khi cơ thể cô thu nhỏ lại và trở về tuổi thật của mình, chín rưỡi tuổi.

"Con có sao không?" E-Z hỏi, khi con cáo, con chim xanh, con gấu trúc, con chim họa mi và con hươu tụ tập xung quanh.

Lia mở mắt và có thể nhìn thấy mọi thứ. Cô nhìn xuống tay mình và chúng đã trở lại như xưa.

"Con ổn mà," cô nói, khi Lachie giúp cô đứng dậy.

Sam lập tức nhận ra rằng quần áo của con gái mình không còn vừa nữa. Anh cởi chiếc áo choàng siêu anh hùng và quấn quanh vai cô bé.

"Cảm ơn bố," Lia nói.

Đó là lần đầu tiên cô bé gọi anh như vậy, và anh chưa bao giờ cảm thấy tự hào đến thế khi một giọt nước mắt lăn dài trên má.

$$***$$

Màu xanh của bầu trời dường như sáng hơn, như những vì sao đang chớp mắt dù là ban ngày, và cỏ trên mặt đất dường như nhảy múa trong tia nắng mặt trời, như thể chứa đựng những giọt sương kim cương.

E-Z và không một thành viên nào trong đội của anh có thể nói. Không ai muốn phá vỡ sự im lặng, hay làm xáo trộn vẻ đẹp mà họ đang chứng kiến.

THÌ THẦM.

THÌ THẦM THÌ THẦM.

NHỮNG TIẾNG THÌ THẦM LIÊN TIẾP.

Những chiếc lá bay trong gió. Tạo ra tiếng động giống như tiếng người. Nhưng đó không phải là gió, mà là tiếng nói của những đứa trẻ trên khắp thế giới đang được tái sinh.

Những đứa trẻ đã bị The Furies bắt đi, đẩy cơ thể ra khỏi mặt đất, và phát hiện ra giọng nói của mình đã trở lại.

Những đứa trẻ học lại cách đi, chạy hoặc bò, và tiếng khóc của chúng vang vọng khắp thế giới:

"Con muốn mẹ!" những thân xác vô hồn của trẻ em hét lên.

"Con muốn bố!" những đứa trẻ được hồi sinh hét lên bằng một giọng nói:

"WAH, WAH, WAH!"

"WAH, WAH, WAH!"

"WAH, WAH, WAH!"

Những đứa trẻ vô hồn di chuyển đến các rìa, đi đến những nơi khác, chuyển động nhanh hơn tốc độ ánh sáng khi tiếp tục khóc than:

"Con muốn mẹ!"

"Con muốn bố!"

"WAH, WAH, WAH!"

"WAH, WAH, WAH!"

"WAH, WAH, WAH!"

Ở Thung lũng Tử thần, nơi những kẻ bắt hồn bị giam giữ và lưu trữ,

POP

POP

Các cánh cửa bật mở như những cánh tay, và những linh hồn bay ra, tìm kiếm những cơ thể mà chúng vẫn thuộc về, và chúng theo tiếng khóc của trẻ em.

"Con muốn mẹ!"

"Con muốn bố!"

"WAH, WAH, WAH!"

"WAH, WAH, WAH!"

"WAH, WAH, WAH!"

Những linh hồn bay từ đứa trẻ này sang đứa trẻ khác. Tìm kiếm ngôi nhà mà chúng thuộc về. Đó giống như việc chứng kiến những đứa trẻ chơi trò đuổi bắt, khi mỗi linh hồn tìm thấy và nhập vào cơ thể mà nó đã được sinh ra. Khi những linh hồn và cơ thể hòa làm một lần nữa.

SHHHHHHH.

Trong khoảnh khắc đó, những đứa trẻ nhỏ bé lại trở thành những đứa trẻ hạnh phúc, và tiếng cười vui vẻ tràn ngập không gian.

Trở lại Thung lũng Tử thần, Hadz và Reiki hướng dẫn những linh hồn vô gia cư trên khắp thế giới, những linh hồn đã ẩn náu từ khi không có Người bắt hồn của riêng mình. Một linh hồn sau một linh hồn, chúng nhập vào cơ thể và trái đất bắt đầu tự chữa lành.

Samantha bước ra khỏi nhà, ôm hai con Jack và Jill trong tay, nhẹ nhàng hát cho chúng nghe: "Hush little baby don't you cry."

POP.

POP.

Hadz và Reiki xuất hiện, "Chúng ta đã làm được!"

E-Z và đội của anh ôm chầm lấy nhau. Họ khóc, họ cười. Rồi họ khóc lần nữa, vì mất đi một thành viên trong đội. Vì mất đi một người của họ: Brandy.

Điện thoại của Lia rung lên. Đó là tin nhắn từ Brandy, "Tôi đã đến trung tâm thương mại – lại nữa! Hy vọng mọi người đều ổn và chúng ta đã đánh bại những phù thủy đó!"

"Brandy còn sống!" Lia giải thích, rồi nhắn lại, 'Chúng tôi đã làm được! Tôi sẽ kể chi tiết sau."

"AHRHHRGHHH!' Charles Dickens hét lên. Cơ thể anh run rẩy. Khi dừng lại, anh rơi vào trạng thái mê man, khuôn mặt vô cảm, hai tay duỗi thẳng với lòng bàn tay hướng lên trời.

"Anh ấy đang nhìn tay mình à?" Lia hỏi.

Một cuốn sách – cuốn sách bìa cứng lớn nhất mà họ từng thấy – rơi từ trời xuống và đáp vào tay Charles, sức mạnh của nó suýt nữa đã hất anh ta ngã nhào. Charles cố giữ thăng bằng, khi cuốn sách khổng lồ tự mở ra, lật từng trang cho đến khi một giọng nói từ bên trong vang lên:

"Ta là Nhật ký Du hành Giữa Các Thế Giới."

Mặc dù giọng nói phát ra từ bên trong cuốn sách, môi Charles Dickens di chuyển đồng bộ với từng từ, trong khi tiếng khóc của trẻ em vẫn vang lên phía sau:

"WAH, WAH, WAH!"

"WAH, WAH, WAH!"

"WAH, WAH, WAH!"

"Con muốn mẹ!"

"Con muốn bố!"

"WAH, WAH, WAH!"

"WAH, WAH, WAH!"

"WAH, WAH, WAH!"

"Con đói!"

"Con khát!"

Những đứa trẻ từng sống gần nhà E-Z, bước đi song song về phía đó.

"Hãy nghe ta!" Cuốn nhật ký du hành giữa các thế giới song song độc thoại.

"Đây là một cơ hội duy nhất.

Nếu bạn được chọn, bạn phải chọn.

Chỉ một lần duy nhất, thắng hay thua.

Đừng để cơ hội này tuột mất.

Vì nó sẽ không bao giờ xảy ra lần nữa, vào bất kỳ ngày nào khác."

Các trang sách lật về phía trước, rồi lật về phía sau. Lật về phía trước, rồi lật về phía sau. Việc lật trang dừng lại ở một chương. Một chương có tiêu đề Alfred. Và ở đó có những bức ảnh của anh, cùng gia đình. Tất cả đều già hơn. Tất cả đều khỏe mạnh và hạnh phúc. Anh không còn là Alfred, con thiên nga thổi kèn trong những bức ảnh. Anh là Alfred, người cha, người chồng, n gười đàn ông.

Với nước mắt trong mắt, Alfred liếc nhìn E-Z. Ánh mắt họ trao nhau nói lên tất cả. Anh phải đi. E-Z gật đ ầu.

Rồi Alfred quay sang Lia. Cô cũng gật đầu, biết rằng anh phải đi.

Alfred, con thiên nga trumpeter, bước vào chương mang tên mình và biến trở lại thành một người đàn ông. Từ trong trang sách của The Alternate Worlds Travelogue, anh vẫy tay chào bạn bè.

Bây giờ, những trang sách của "Nhật ký Du hành Thế giới Song song" quay trở lại đầu cuốn sách. Những trang sách lật đi lật lại, tiến về phía trước, rồi lùi lại, lùi lại, và cuối cùng dừng lại ở một chương mới. Một chương mang tên Lachie.

Trong bức ảnh, Lachie là một đứa trẻ sơ sinh. Bố mẹ anh đang đưa anh về nhà từ bệnh viện. Đứa trẻ trong bức ảnh đeo một chiếc vòng tay bệnh viện, tiết lộ rằng tên thật của Lachie là Andrew.

"Không, cảm ơn," Lachie nói. 'Em bé và tôi sẽ về nhà sớm."

Cuốn 'Nhật ký Du hành Thế giới Song song" đóng sầm lại với lực mạnh đến mức Charles suýt ngã. Anh ta lấy lại thăng bằng, và vài giây sau, cuốn sách tiếp tục lật trang. Lùi lại, tiến lên. Trang sách xáo trộn như bộ bài cho đến khi dừng lại ở chương có tên Haruto. Trong bức ảnh, anh ta đang ở cùng mẹ và cha.

"Không, cảm ơn," Haruto lập tức nói. Anh nắm tay Sobo và nói với Lachie, 'Có thể đưa chúng tôi về Nhật Bản trên đường về nhà không?"

Lachie gật đầu, 'Rất vui được đi cùng."

Lửa bắn ra từ cuốn sách lần này trước khi nó đóng lại, và Charles suýt nữa đánh rơi nó.

Tiếng khóc của bọn trẻ không được đáp lại tiếp tục vang lên, ngày càng to hơn khi chúng đến gần nhà E-Z:

"Con muốn mẹ!"

"Con muốn bố!"

"Con đói!"

"Con khát!"

"WAH, WAH, WAH!"

"WAH, WAH, WAH!"

"WAH, WAH, WAH!"

Charles nhắm mắt lại.

"Thế là hết sao?" E-Z hỏi.

"Còn chúng ta thì sao?" Lia hỏi.

Cánh tay Charles bắt đầu run rẩy. Như thể trọng lượng của cuốn sách đang đè nặng lên cánh tay anh. Rồi cuốn sách đóng sầm lại với một lực mạnh đến mức anh loạng choạng về phía trước và ngồi xuống. Anh khoanh một chân qua chân kia và ôm cuốn sách vào n gực.

Cuốn sách lại mở ra cùng lúc với đôi mắt Charles, và một lần nữa các trang sách di chuyển như rong biển trên đáy đại dương. Nó lại đóng sầm lại. Rồi nó lật ngửa ra. Ở giữa cuốn sách, một khung hình xuất hiện. Ban đầu nó trống rỗng, như thể đang chờ đợi điều gì đó. Rồi nó nhấp nháy khi một bộ phim bắt đầu.

Một trận bóng chày đã bắt đầu tại Dodger Stadium. Đội Dodgers đang thi đấu với đội Brewers. Và E-Z Dickens là người bắt bóng. Anh ta đứng sau gôn và thi đấu như một chuyên gia. Trên khán đài là cha mẹ anh, ngồi ngay trên băng ghế dự bị, cổ vũ cho anh.

TRÁI ĐẤT DỪNG LẠI.

Trong vài giây, ánh nắng bị che khuất khi Ophaniel lao lên trời và tiến về phía họ.

"E-Z, ta chỉ muốn nói với con, trước khi con đưa ra quyết định, rằng bất kể con quyết định làm gì, hay không làm gì, đều sẽ có hậu quả đối với người khác."

"Như thế nào?" anh hỏi, không rời mắt khỏi hình ảnh của chính mình và cha mẹ trong khung hình, dù họ đã ngừng di chuyển trong đó.

"Hãy nghĩ về vụ tai nạn... Nếu cha mẹ anh không bao giờ qua đời, nếu anh không bao giờ mất khả năng đi lại, thì điều gì sẽ không xảy ra trên thế giới này?"

Anh liếc nhìn về phía chú Sam, rồi nhìn Samantha, Lia và cặp song sinh. Nếu không có vụ tai nạn, không ai trong số họ sẽ gặp nhau. Cặp song sinh sẽ không bao giờ được sinh ra.

"Nếu tôi quyết định đi theo giấc mơ của mình, thì điều gì sẽ xảy ra ở đây?"

"Đó là rủi ro bạn phải chấp nhận, và câu trả lời tôi không thể cho bạn. Nhưng tôi biết điều này, bạn là chất xúc tác và là sợi dây gắn kết."

"Được rồi, cảm ơn vì đã cho tôi biết."

TRÁI ĐẤT TIẾP TỤC

Ophaniel rời đi.

"À, không, cảm ơn," E-Z nói.

Anh nhìn theo khi anh và cha mẹ mình dần biến mất. Màn hình tối đen. Khung hình biến mất và cuốn sách bắt đầu bay lên. Lên cao, lên cao, ra khỏi tay Charles.

Charles đứng như vẫn đang cầm nó. Nhìn về phía trước, không thấy gì.

Khi nó bay cao trên đầu họ, cuốn sách bùng cháy. Nó xèo xèo và tỏa ra mùi khét trước khi những mảnh vụn nhỏ bé bị gió cuốn đi. Và Cuốn Nhật Ký Du Hành Giữa Các Thế Giới đã không còn tồn tại.

Charles trở lại hiện tại khi đám trẻ ùa đến con phố của E-Z.

"Con muốn mẹ!"

"Con muốn bố!"

"Con đói!"

"Con khát!"

"WAH, WAH, WAH!"

"WAH, WAH, WAH!"

"WAH, WAH, WAH!"

"Con có thể kể cho chúng nghe một câu chuyện không?" Charles hỏi.

"Không sao đâu," Lia nói.

Charles bắt đầu kể lại câu chuyện về Ba Tảng Đá. Bọn trẻ ngừng di chuyển, ngừng khóc và chăm chú lắng nghe từng lời của anh – cho đến khi anh đột ngột dừng lại.

"Ôi, phiền quá!" anh kêu lên, nhận ra cơ thể mình đang mờ dần, xuất hiện rồi biến mất như thể trái đất đang gặp khó khăn trong việc truyền tín hiệu của anh.

"Chờ đã!" E-Z nói. "Bạn có lời khuyên nào cho một nhà văn đồng nghiệp không?"

"Có những cuốn sách mà bìa sau và bìa trước là phần hay nhất – đừng để cuốn sách của bạn trở thành một trong số đó. Tôi sẽ nhớ tất cả các bạn!"

Một số người nói rằng vào chính khoảnh khắc đó, một tia sáng chiếu xuống, nâng anh ta khỏi mặt đất và mang Charles Dickens bay lên trời. Một số người nói, anh ta cưỡi Little Dorrit và cả hai không bao giờ được nhìn thấy nữa. Tất cả những gì họ biết chắc chắn là Charles Dickens đã rời bỏ họ vào ngày đó và không bao giờ được nhìn thấy nữa.

"WAH, WAH, WAH!"

"WAH, WAH, WAH!"

"WAH, WAH, WAH!"

FIZZLE POP

Một Soul Catcher xuất hiện. Nó mở cửa và bắn pháo hoa lên trời.

Một số em bé bị tiếng ồn làm sợ hãi, một số lại thích thú, trong mọi trường hợp, chúng đều ngừng khóc.

Khi nó bắn những màu sắc lên trời, chúng tan chảy vào nhau để nói những lời sau:

HÃY RA ĐÂY, HÃY RA ĐÂY

BẤT KỂ BẠN Ở ĐÂU!

"Nó muốn gì?" E-Z hỏi. 'Hay tôi nên hỏi, NÓ MUỐN AI?"

"Là tôi sao?' Sobo hỏi.

"Không, nó là cho tôi," một giọng nói từ phía sau họ cất lên. Đó là giọng của Rosalie.

Tất cả quay về phía đó, mong đợi thấy một hồn ma hoặc một linh hồn, nhưng những gì họ thấy không phải là hai thứ đó. Đó là linh hồn của Rosalie... đó là tất cả những gì họ biết.

"Tạm biệt, Rosalie thân yêu!" Sobo gọi.

Đó là một buổi tiễn đưa đầy cảm xúc cho linh hồn của Rosalie thân yêu, với E-Z và đội của anh hét to, vẫy tay, ném nụ hôn và reo hò cho cô. Đó là một lễ kỷ niệm thực sự cho tất cả những gì cô đã có nghĩa với họ, khi những người bạn thân yêu của cô bước vào Catcher Linh Hồn và nó bay đi.

Bây giờ Charles đã đi, lũ trẻ tiếp tục khóc,

"WAH, WAH, WAH!"

"WAH, WAH, WAH!"

"WAH, WAH, WAH!"

Trong nền, có một âm thanh mới. Tiếng bước chân, rất nhiều bước chân, đang chạy – rất nhanh.

Khi họ đổ vào con phố của E-Z, các bà mẹ, ông bố và trẻ em được đoàn tụ với những người thân yêu của mình, và sự đoàn tụ này diễn ra trên khắp trái đất.

"Bravo!" E-Z nói với đội của mình.

Họ vẫy tay chào tạm biệt khi Lachie, Baby, Haruto và Sobo bay đi.

Giờ đây, chỉ còn lại E-Z và Lia.

ZAP!

Poppet đầu tiên xuất hiện.

BONJOUR!

Tiếp theo là Francois.

"Ah, chúng ta đến muộn quá," anh nói. "Chúng ta đã bỏ lỡ mọi thứ!"

Từ bên trong ngôi nhà, tiếng khóc của Samantha vang lên. "Ôi không, có chuyện gì đó đang xảy ra với các em bé!"

Mọi người chạy vào phòng trẻ em. Jack và Jill đang ngủ say.

Sam ôm lấy vợ. 'Họ trông ổn mà,' anh thì thầm.

"Nhưng họ không ổn!" Samantha nói.

"Sẽ ổn thôi," Sam nói.

"Họ trông ổn với tôi," E-Z nói.

"Các anh cứ đợi xem," Samantha nói. 'Đợi đi, các anh sẽ thấy. Tôi không khóc nếu không...' cô lảo đảo như sắp ngã.

Mọi người đứng nhìn và chờ đợi. Không có gì xảy ra trong mười, mười lăm, hai mươi, thậm chí ba mươi p hút.

Rồi đột nhiên, có điều gì đó xảy ra.

Ánh sáng vàng và xanh lục phát ra từ cơ thể nhỏ bé của Jack và Jill.

"Hadz? Reiki?" E-Z kêu lên.

POP.

POP.

Jack và Jill ngồi dậy, như những em bé lớn hơn có thể làm. Điều mà Jack và Jill vẫn chưa thể làm.

Samantha ngất xỉu, trong khi Sam đỡ cô.

"Các cậu đang làm gì vậy?" E-Z quát. "Ra khỏi đó ngay lập tức!"

Hadz nói, "Như một phần thưởng, chúng tôi đã xin được làm người."

"Reiki nói, "Và chúng tôi cần cơ thể."

"Ôi trời," E-Z nói, khi có tiếng gõ cửa trước.

"Có ai ở nhà không?" PJ và Arden hỏi.

27
E-Z DICKENS SERIES

E-Z gõ vào những từ: KẾT THÚC. Hài lòng với thành quả hoàn thành bộ bốn cuốn sách, anh ta đóng laptop lại.

"Nhanh lên, E-Z!" một người đàn ông phía sau anh hét lên.

E-Z tháo chiếc mũ bắt bóng và nhìn quanh. Anh đang đứng sau gôn, bắt bóng cho đội Los Angeles Dodgers. Trọng tài đang lau gôn. Anh đứng dậy và đi vào khu vực nghỉ ngơi vì anh là cầu thủ cuối cùng rời sân.

Anh nhận ra một vài cầu thủ khi di chuyển dọc theo khu vực nghỉ ngơi, đi sát phía sau họ.

Anh vuốt tay qua mái tóc vàng hoe. Tóc anh ngắn hơn và cắt sát hơn bao giờ hết. Và anh cao hơn, chắc chắn trên 6 feet 5 inch.

Chuyện quái quỷ gì đang xảy ra? Anh có đang ngủ không? Anh véo mình. Đau thật.

"E-Z, đến lượt anh!" huấn luyện viên đánh bóng hét lên.

Anh tìm một màn hình và nhìn vào hình ảnh phản chiếu của mình. Anh nhìn bản thân như một người lạ.

"E-Z, tỉnh dậy đi," huấn luyện viên nói.

"Xin lỗi, huấn luyện viên," E-Z nói, khi anh tiến về phía kho đồ của băng ghế dự bị. Cây gậy của anh được dán nhãn, giống như tất cả đồ dùng khác của anh. Anh đeo nó vào và bước vào vòng chờ đánh bóng.

Anh điều chỉnh miếng đệm khuỷu tay, rồi chuẩn bị cho cú ném đầu tiên. Cùng với đồng đội ở gôn, anh thực hiện vài cú đánh thử. Trong lúc chờ đợi, anh bắt gặp ánh mắt của cha mẹ mình trên khán đài phía sau khu vực nghỉ ngơi.

"Cố lên, con trai!" cha anh hét lên.

Anh giơ ngón tay cái về phía cha mẹ, rồi nhìn đồng đội đánh trúng và an toàn đến gôn đầu tiên.

E-Z bước vào khu vực đánh bóng, gọi thời gian, lùi ra sau, rồi hít thở sâu vài lần.

"Tập trung đi," anh tự nhủ. 'Tôi không muốn làm đội thất vọng. Tập trung. Tập trung."

Anh giơ tay ra hiệu cho trọng tài biết mình đã sẵn sàng, rồi quay lại khu vực đánh bóng.

"Cố lên E-Z!' mẹ anh gọi.

Anh tập trung và nhìn quả bóng đầu tiên bay qua. Chắc hẳn hơn một trăm dặm một giờ. Anh chuẩn bị cho quả bóng thứ hai. Đánh và trượt. Đồng đội của anh cướp gôn và an toàn đến gôn thứ hai.

"Điều này quá sức." "Tôi chưa sẵn sàng. Tôi phải tỉnh dậy. Tôi phải tỉnh dậy – NGAY BÂY GIỜ."

Quả bóng thứ hai bay qua. Anh vung gậy nhưng không chạm vào. Quả bóng thứ ba đến, và anh chạm vào nó. Anh nhìn đồng đội cố gắng chạy đến chốt thứ ba, nhưng bị bắt. Anh suýt chạy đến chốt thứ nhất đúng lúc, nhưng đội đối phương ghi được một cú đánh đôi. Với hai người bị loại, anh quay lại băng ghế dự bị để mặc đồ bắt bóng.

"Lần sau mày sẽ làm được!" cha anh nói.

Mặc dù anh ta không lên được gôn, anh ta đang sống trong giấc mơ của mình. Sống trong giấc mơ của mình. Nhưng làm sao? Anh ta đã từ chối lời đề nghị từ Hướng dẫn Du lịch Thế giới Alternate.

"Cứu tôi ra khỏi đây! Tôi không muốn như thế này! Chú Sam đâu? Lia đâu? Hai đứa trẻ đâu?"

Đầu anh ta tràn ngập tiếng cười khi anh ta ngã xuống đất và tiếp tục rơi. Cho đến khi anh ta rơi xuống sàn gỗ với một tiếng động mạnh, trong một căn chòi hoặc một túp lều. Chỉ trong vài giây sau khi anh ta rơi xuống, nó bùng cháy.

Ở phía đối diện phòng, có một cô bé ngồi đó. Lúc đầu, anh ta nghĩ đó là Lia, nhưng cô bé này có mái tóc đỏ. Anh ta cố đánh thức cô bé, nhưng cô bé không nhúc nhích.

Phía sau anh, cánh cửa trước bị giật tung khỏi bản lề. Một bóng đen khoác áo choàng bước vào, kèm theo một bóng đen khác thấp hơn, cũng đội mũ trùm đầu. Hai người họ cùng nhau mang cô bé ra ngoài.

"Cứu tôi!" anh hét lên.

"Tự cứu mình đi!" một giọng phụ nữ, là người cao hơn trong hai bóng đen, nói, trong khi tường bắt đầu sụp đổ xung quanh anh.

Anh trở lại sân vận động, nằm ngửa trên mặt đất, nhìn lên đôi mắt của cha mẹ mình.

"Con sẽ ổn thôi," họ thì thầm.

E-Z 4 XONG

Kính gửi các độc giả,

Vậy là chúng ta đã đến cuối series E-Z Dickens. Tôi hy vọng các bạn đã thích đọc series này như tôi đã thích viết nó.

Vì các bạn đã đồng hành cùng tôi suốt series này, lời cảm ơn cuối cùng của tôi là dành cho các bạn, những độc giả thân yêu. Các bạn thật tuyệt vời!

Như thường lệ, chúc các bạn đọc sách vui vẻ!

Cathy

Cathy

Cathy McGough Cô sống và làm việc tại Ontario, Canada cùng chồng, con trai, mèo và chó.

MORE

TRẺ TRƯỞNG THÀNH: A Mathematical State of Grace
Complete Series
SÁCH TRẺ EM: Jump Series (39 cuốn sách)
The Three Boulders
Billie Shakespeare/Billy Shakespeare (2 cuốn sách)
The Cat Who Said Hello
Clap Series (10 cuốn sách)
SÁCH KHÔNG VĂN HỌC
103 Fundraising Ideas For Parent Volunteers With
Schools and Teams (3RD PLACE BEST REFERENCE 2016
METAMORPH PUBLISHING)
TIỂU THUYẾT: Interviews With Legendary Writers
From Beyond (2ND PLACE BEST LITERARY 2016
METAMORPH PUBLISHING)
Thirteen Short Stories
THƠ: PAINTING WITH WORDS.